പൂർണ

2023

ലക്ഷ്മണൻ മണിയൂർ

1961 ഏപ്രിൽ 12 ന് കോഴിക്കോട് ജില്ലയിലെ മണിയൂരിൽ ജനനം. മണിയൂർ പഞ്ചായത്ത് ഹൈസ്കൂൾ, കാലിക്കറ്റ് യൂണിവേഴ്സിറ്റി, മാന്നാർ എൻ.എസ്.ബി.ടി.എസ് ആലപ്പുഴ, എന്നിവിടങ്ങളിൽ വിദ്യാഭ്യാസം. ആകാശ വാണിയിലൂടെ അറുപതിൽപരം ലളിതഗാനങ്ങളും സംഗീതശില്പങ്ങളും ചിത്രീകരണങ്ങളും പ്രക്ഷേപണം ചെയ്തിട്ടുണ്ട്. 'ഹൃദയവർണ്ണങ്ങൾ' എന്ന ലളിതഗാന ഓഡിയോ സി.ഡിയും 'സന്ദർശനങ്ങൾ' എന്ന കവിതാ സമാഹാരവും പ്രസിദ്ധീകരിച്ചിട്ടുണ്ട്. ഭാരത സർക്കാറിന്റെ സോംഗ് ആന്റ് ഡ്രാമാ ഡിവിഷന്റേയും കേരളസർക്കാറിന്റെ എയ്ഡ്സ് കൺട്രോൾ സൊസൈറ്റിയുടെയും ബോധവൽക്കരണ പരിപാടികൾക്കായി രചനകൾ നിർവ്വഹിച്ചിട്ടുണ്ട്. 'കുഞ്ഞാലി മരയ്ക്കാർ', 'ഉണർത്തുപാട്ട്' എന്നീ ലഘു നാടകങ്ങളും, 'മലയാളനൻമ', 'ഇത് നമ്മുടെ നാട്' തുടങ്ങിയ സംഗീത ശില്പങ്ങളും രചിച്ചിട്ടുണ്ട്. ഹോം സിനിമയ്ക്കും നാടകങ്ങൾക്കും ഗാന ങ്ങളെഴുതിയിട്ടുണ്ട്. നാടകനടനും ചമയം കലാകാരനും റിട്ടയേർഡ് അധ്യാപകനുമാണ്. ഭാര്യ:സുമതി. മക്കൾ:സാനുലക്ഷ്മൺ, യദു ലക്ഷ്മൺ. വിലാസം: 'രചന', മണിയൂർ - പി.ഒ. പിൻ : 673 523. ഫോൺ: 9495366056

AF518945

കഥാസമാഹാരം

ലക്ഷ്മണൻ മണിയൂർ

നിലവിളികൾക്കിടയിലൂടെ ഒരാൾ

പൂർണ പബ്ലിക്കേഷൻസ്, കോഴിക്കോട്
കോഴിക്കോട് ▪ കല്പറ്റ ▪ തിരുവനന്തപുരം

Poorna Publications

Nilavilikalkkidayiloode oral
Stories
Lakshmanan Maniyoor

Malayalam
First Edition: November 2023

Cover design: Third Eye

Typesetting: Poorna Clt.
Printing: Redstar Printers

ISBN: 978-81-300-2686-2
10322(11-2023) 299.I.O.e.

Published by:
POORNA PUBLICATIONS, KOZHIKODE
TBS Building, G.H. Road, Kozhikode-673001
Ph: 0495-2720085, 2720086, 2721025

Branches:**Kalpetta** 04936-203842
Thiruvananthapuram 0471-2570504

e-mail:tbsbook@gmail.com
Online Bookstore: www.tbsbook.com

അകാലത്തിൽ
അനന്തതയിലേക്ക്
അകന്നുപോയ
അച്ഛനമ്മമാർക്ക്

മുഖമൊഴി

ലോകവും കാലവും തന്നുകൊണ്ടിരിക്കുന്ന കാഴ്ചകളും ശബ്ദങ്ങളും നിറഞ്ഞ അനുഭവങ്ങൾ, ആനന്ദങ്ങളായും ഹൃദയത്തിന്റെ ആഴങ്ങളിലെ അസ്വസ്ഥതകളായും ശേഷിച്ചപ്പോൾ അവരെ അക്ഷരങ്ങളിൽ ആവാഹിക്കണമെന്ന് വർഷങ്ങൾക്ക് മുമ്പേ ആഗ്രഹിച്ചിരുന്നു. ഞാനിതിനെ 'കഥകൾ' എന്ന് വിളിക്കാനിഷ്ടപ്പെടുന്നു. ഈ കഥപറച്ചിലിലെ എന്റെ ഗുരുനാഥന്മാർ ഞാൻ വായിച്ച പുസ്തകങ്ങളാണ്. ആഗ്രഹിക്കുന്നവരിൽ നിന്ന് പ്രോത്സാഹനം കിട്ടാതെ വന്നപ്പോൾ ചിലവേള വേദനിച്ചിരുന്നു.

കലാകാരന്റെ കണ്ണുകൾ കാലത്തിനുനേരെ പിടിച്ച കണ്ണാടിയാണെന്ന് പറയാറുണ്ട്. അത് സാഹിത്യകാരനും സാംസ്കാരിക പ്രവർത്തകനും ചേരുന്നത് തന്നെ. ആ കണ്ണാടിക്കാഴ്ചകളിലെ നയനമനോഹരദൃശ്യങ്ങളിൽ മുഴുകവേ, കണ്ണിന്റേയും കാതിന്റേയും സഹനശക്തിക്ക് താങ്ങാനാവാത്തവയ്ക്കെതിരെയായി, മാനവിതകയ്ക്കായി രണ്ടക്ഷരം വരയ്ക്കാൻ കഴിഞ്ഞെങ്കിൽ എന്ന ചിന്ത ഈ കഥകളെഴുതുമ്പോൾ എന്നോടൊപ്പമുണ്ട്.

'ഹൃദയവർണ്ണങ്ങൾ' എന്ന ലളിതഗാനങ്ങളുടെ ഓഡിയോ സി.ഡി.യ്ക്കും പ്ലാവില ബുക്സ് പ്രസിദ്ധീകരിച്ച 'സന്ദർശനങ്ങൾ' എന്ന കവിതാസമാഹാരത്തിനും (ആറ് കവികളെഴുതിയത്) ശേഷം, ആസ്വാദക സമക്ഷം സമർപ്പിക്കുന്ന എന്റെ മൂന്നാമത്തെ സർഗ്ഗസൃഷ്ടിയാണ് ഈ കഥാസമാഹാരം.

കവിതകളും ഗാനങ്ങളും ചിത്രീകരണങ്ങളും ലഘുനാടകങ്ങളും എഴുതുമ്പോൾ അവയോട് കാണിക്കുന്ന ഇഷ്ടത്തോടൊപ്പമോ അതിനപ്പുറമോ ആയ ഒരിഷ്ടത്തോടുകൂടി കഥകളെഴുതി സൂക്ഷിക്കാറുണ്ടായിരുന്നു. എന്റെ സന്തോഷങ്ങളായും സങ്കടങ്ങളായും പ്രതിഷേധങ്ങളായും! അവയിൽ കുറേ കഥകൾ പ്രാദേശിക പ്രസിദ്ധീകരണങ്ങളിലൂടെ വെളിച്ചം കണ്ടു. പൂക്കാട് കലാലയം ജില്ലാതലത്തിൽ നടത്തിയ കഥാരചനാ മത്സരത്തിൽ ഒന്നാം സ്ഥാനം ലഭിച്ചിട്ടുണ്ട്. വിദ്യാരംഗം കലാസാഹിത്യവേദി അധ്യാപകർക്കായി നടത്തിയ കഥാരചനാ മത്സരങ്ങളിൽ പലതവണ സമ്മാനിക്കപ്പെട്ടിട്ടുണ്ട്.

സർഗപ്രക്രിയകളുടെ തിരക്കിലും എന്റെ ഈ കൊച്ചു കഥകൾ വായിച്ച് പ്രൗഢവും മനോഹരവുമായ അവതാരിക എഴുതിതന്ന പ്രശസ്ത സാഹിത്യ

കാരനായ ഡോ.സോമൻ കടലൂരിനോടുള്ള എന്റെ സ്നേഹാദരപൂർവ്വ മുള്ള കൃതജ്ഞതയറിയിക്കുന്നു.

കഥകളെല്ലാം ചേർത്ത് ഒരു പുസ്തകമാക്കണമെന്ന എന്റെ ആഗ്രഹ ത്തേക്കാൾ മേലെ ആഗ്രഹിക്കുകയും ഒപ്പം നിന്നുകൊണ്ട് അത് സാക്ഷാത് ക്കരിക്കാനാവശ്യമായതെല്ലാം ചെയ്തുതന്ന പ്രിയസുഹൃത്തും കഥാ കൃത്തുമായ ശ്രീ. എൻ. ചന്ദ്രൻ മണിയൂരിനോടുള്ള എന്റെ സ്നേഹ നിർഭരമായ നന്ദി ഇവിടെ അറിയിക്കുന്നു.

കഥകൾ വായിച്ച് അഭിപ്രായം പറയുകയും നൻമകൾ നേരുകയും ചെയ്ത ആദരണീയനായ സുഹൃത്തും കവിയുമായ ശ്രീ. മുകുന്ദൻ മണി യൂരിനോടും, കഥകളോടുള്ള ഇഷ്ടവും ഇഷ്ടക്കേടും പച്ചയായി പറഞ്ഞ് എന്നെ ഇഷ്ടപ്പെടുത്തിയ, പ്രോത്സാഹിപ്പിച്ച ആസ്വാദകനായ പ്രിയ സുഹൃത്ത് ശ്രീ. എ.പി. ബിജുവിനോടുമുള്ള എന്റെ സ്നേഹം ഞാനി വിടെ കുറിക്കട്ടെ.

എന്റെ ലളിതഗാനങ്ങളുടെ ഓഡിയോ സി.ഡിയായ 'ഹൃദയവർണ്ണ ങ്ങളുടെ' പ്രസിദ്ധീകരണത്തോടുകൂടിയാണ് മണിയൂർ ഡയമണ്ട് ആദ്യ മായി പ്രസിദ്ധീകരണത്തിന്റേയും പ്രകാശനത്തിന്റേയും മേഖലയിലെ ത്തുന്നത്. ഡയമണ്ടിന്റെ ആകാശവാണി പ്രോഗ്രാമുകളും നാടകങ്ങളും, 'രഥ്യ'മാസികയും എന്റെ കലാ സാഹിത്യ സഞ്ചാരങ്ങളിൽ വെളിച്ചം പകർന്നവയാണ്. ഇപ്പോഴിതാ എന്റെ മൂന്നാമത്തെ പ്രസിദ്ധീകരണമായ "നിലവിളികൾക്കിടയിലൂടെ ഒരാൾ" എന്ന ചെറുകഥാസമാഹാരത്തിന്റെ പ്രകാശന കർമ്മവും ഡയമണ്ട് നടത്തുകയാണ്. ഡയമണ്ടിനോടുള്ള എന്റെ അളവില്ലാത്ത സ്നേഹവും നന്ദിയും ഞാനിവടെ രേഖപ്പെടുത്തുന്നു.

പുസ്തകം ഡി.ടി.പി ചെയ്ത എം.ജെ.എസ്. പയ്യോളിയിലെ ശ്രീ. സി.കെ. മോഹനനും എന്റെ ഈ ആഗ്രഹ സഫലീകരണത്തിനായി എന്നോടൊപ്പം നിന്ന എല്ലാ സുമനസ്സുകൾക്കും നന്ദി... നന്ദി... നന്ദി...

വെറുപ്പിന്റെ ചോരയൊഴുകാത്ത
നിലങ്ങളാഗ്രഹിക്കുന്നവർക്കായ്
മനുഷ്യസ്നേഹത്തിന്റെ പനിനീർച്ചോല
ആഗ്രഹിക്കുന്നവർക്കായ്
ഞാനീ പുസ്തകം തുറന്നുവയ്ക്കുന്നു.

ലക്ഷ്മണൻ മണിയൂർ

മണിയൂർ

10/1/2023

കഥകളതിസാദരം

ഡോ. സോമൻ കടലൂർ

- "A good story never dies" -
Roberta Williams

'കഥയായ കഥയൊന്നും പഴകുന്നില്ല. മന്ദപ്പന്റെ കഥയും പഴകുന്നില്ല' എന്ന വാക്യത്തോടെയാണ് എൻ. പ്രഭാകരന്റെ 'ഏഴിനും മീതെ' എന്ന നോവൽ ആരംഭിക്കുന്നത്. ഒരിക്കൽ കെട്ടിയുണ്ടാക്കിയ കഥകൾക്കൊന്നും മരണം സംഭവിക്കുന്നില്ല എന്ന പ്രത്യാശാനിർഭരമായ ചിന്ത ലോകത്തിലെ പ്രതിഭാശാലികൾ പലരും പറഞ്ഞിട്ടുണ്ട്. കഥയും മനുഷ്യനും തമ്മിലുള്ള ബന്ധം അത്രമേൽ ദൃഢമാണ്. നമ്മുടെ ഡി.എൻ.എയിലും കോശങ്ങളിലും സ്മൃതി സംസ്കാരത്തിലും കഥയോടുള്ള പ്രതിപത്തിയും മമതയും അടയാളപ്പെട്ടു കിടക്കുന്നു. ഗുഹാവാസിയായ പ്രപിതാമഹൻമാർ അന്നത്തെ വേട്ടയുടെ അനുഭവ വിവരണം പൊടിപ്പും തൊങ്ങലുംവെച്ച് ആവിഷ്ക്കരിച്ചതായിരിക്കണം കഥയുടെ പ്രാക്തനവഴി. സംഭവങ്ങളും അനുഭവങ്ങളും ഓർമ്മകളും ഇങ്ങനെ ആനുഭൂതികമായി പുറത്തുകൊണ്ടുവരുന്നത് പറയുന്നയാൾക്കും കേൾവിക്കാർക്കും ആന്തരികമായി നവീകരണം സാധ്യമാക്കുകയും ഉണർവും ഉന്മേഷവും ഊർജ്ജവും പകരുകയും ചെയ്യുന്നു. കഥയൊന്നും വെറും കഥയല്ല. അത് ചില വാസ്തവങ്ങളും ഭാവനകളും സമ്മാനിക്കുന്നു. സത്യത്തെ സ്ഥാപിക്കാനുള്ള സങ്കൽപ്പങ്ങളാണ് ഓരോ കഥയും മുന്നോട്ട് വെക്കുന്നത്.

ആദികഥയിൽനിന്ന് മാനവരാശിയുടെ സഞ്ചാരഗതിക്കനുസരിച്ച് രൂപപരമായും ഉള്ളടക്കപരമായും സമഗ്രവും സമൂലവുമായ പരിവർത്തനത്തിന് വിധേയമായ സാഹിത്യവ്യവഹാരമാണ് കഥ എന്ന് നമുക്കൊക്കെ അറിയാം. അനിവാര്യമായ ഈ മാറ്റത്തിന് കാരണം നിശ്ചയമായും കാലത്തിന്റെയും അനുഭവത്തിന്റെയും ഗതിവിഗതികൾ തന്നെയാണ്. കാലം മാറി കഥമാറി എന്ന ശൈലിതന്നെ ആ പരിണാമത്തിന്റെ ഭാവരാശികളെ സൂചിപ്പിക്കുന്നതാണ്. പഞ്ചതന്ത്രകഥകൾ, അറബിക്കഥകൾ, ജൂതകഥകൾ, ജാതകകഥകൾ - അങ്ങനെ ഓരോ നാടിന്റെയും സംസ്കാരത്തിന്റെയും നാടോടി കഥാരൂപങ്ങളുടെ ശൈശവദശ പിന്നിട്ട്, കഥയുടെ ലോകം മനുഷ്യവംശത്തിന്റെ വിപ്ലവകരമായ അനേകം മാറ്റങ്ങൾക്ക് ഇന്ധന

ശക്തിയായിത്തീർന്നതിന്റെ ചരിത്രവും നമുക്കറിയാം. ഇന്നിപ്പോൾ അനുഭവത്തെ നേർക്കുനേർ നിർത്തി ചോദ്യം ഉന്നയിക്കുന്നതും എഴുത്തുകാരിലൂടെ കാലം സ്വയം വിചാരണ ചെയ്യുന്നതുമായ തുറന്ന സമീപനം കൊണ്ട് സ്വാതന്ത്ര്യത്തിന്റെ സവിശേഷ ലോകം കാണിച്ചുതരാൻ പര്യാപ്തമായ കഥകൾ മറ്റേത് സംസ്കൃതിയെന്നതുപോലെ മലയാളത്തിലും സക്രിയമാണ്. ഉള്ളതുള്ളതുപോലെ പറയുന്ന ഒരു പ്രത്യേക റിയലിസമാണ് പുതുകാല കഥകൾക്ക് ഉയിരും ഊർജ്ജവും നൽകുന്നത്.

ലക്ഷ്മണൻ മണിയൂരിന്റെ 'നിലവിളികൾക്കിടയിലൂടെ ഒരാൾ' എന്ന കഥാസമാഹാരം വയിച്ചപ്പോൾ കഥയെ സംബന്ധിച്ച ഇവ്വിധമുള്ള ചില ആലോചനകളാണ് മനസിലൂടെ കടന്നുപോയത്. ലോകം കഥകൾ സൃഷ്ടിക്കുന്നു, കഥകൾ ലോകത്തെ മാറ്റുന്നു എന്ന ആപ്തവാക്യത്തിൽ ആറ്റിക്കുറുക്കി പറയാൻ തോന്നുന്ന കഥകളാണ് ഒരു പുസ്തകം മുഴുവനുമുള്ളത്. ഒരു ദേശം സൃഷ്ടിച്ച സത്യസന്ധമായ കഥകളായി നമുക്ക് വായിക്കാൻ പാകത്തിൽ കഥാകൃത്ത് സ്വന്തം രക്തംകൊണ്ട് പുനരാഖ്യാനം ചെയ്ത അനുഭവരാശികൾ. എന്റെ നിളനദി, എന്റെ മുരിങ്ങച്ചുവട് എന്നൊക്കെ പോയകാല പ്രതിഭാശാലികൾ രേഖപ്പെടുത്തിയ ദേശാനുഭവത്തിന്റെ ചൂടും ചൂരുമുള്ള ഉൾവെളിച്ചങ്ങൾ ഈ കഥകൾ പ്രസരിപ്പിക്കുന്നു. ലളിതവും സരളവുമായ കഥാഭാഷയിലാണ് എഴുതപ്പെട്ടതെങ്കിലും വർത്തമാന യാഥാർത്ഥ്യങ്ങളെ സവിശേഷമായ രാഷ്ട്രീയ ജാഗ്രതയോടെ വിശദവ്യാഖ്യാനം നിർവ്വഹിച്ചവയാണ് ഈ രചനകളൊക്കെയും. സാമാന്യഭാഷയിൽ നിന്നകന്നതും എന്നാൽ സാധാരണ ജീവിതങ്ങളെ അസാധാരണമായി വിന്യസിക്കാനും പ്രഹരശേഷിയോടെ ആസ്വാദകരിലെത്തിക്കാനും പര്യാപ്തമായ ആഖ്യാന പദ്ധതിയാണിത്.

ശബ്ദമില്ലാത്തതും ദൃശ്യമല്ലാത്തതുമായ മനുഷ്യാനുഭവങ്ങൾക്ക് കണ്ണും കാതും കൊടുത്ത് രചിക്കപ്പെട്ട ഈ കഥകൾ സമകാലിക ജീവിതത്തിന്റെ പലതലങ്ങളെ സ്പർശിക്കുന്നു. ഹൃദയഹാരിയായ ഭാഷയിൽ യഥാർത്ഥ്യത്തിന്റെ മിടിപ്പുകളെ ഒപ്പിയെടുക്കാനുള്ള കൃതഹസ്തത ഈ കഥാകൃത്തിന് വേണ്ടുവോളമുണ്ടെന്ന് എളുപ്പം ബോധ്യമാവും. കാലത്തോട് നീതി പുലർത്തി എഴുതേണ്ട ഒരെഴുത്തുകാരന്റെ നിലയും നിലപാടും വ്യക്തമായും സൂക്ഷ്മമായും അടയാളപ്പെട്ടുകിടക്കുന്ന കഥകൾ ആസ്വാദകർക്ക് പ്രിയപ്പെട്ടതാവുമെന്നതിൽ സംശയമില്ല. ആൾക്കൂട്ടത്തിൽ ഒറ്റപ്പെട്ടുപോയ ആ മനുഷ്യന്റെ ധർമ്മസങ്കടങ്ങൾ കൊത്തിവെച്ച ശിൽപ്പഭംഗിയുള്ള കഥകൾ ഈ സമാഹാരത്തിലുണ്ട്. അതുപോലെ തന്നെ നമുക്ക് സംഭവിച്ചുകൊണ്ടിരിക്കുന്ന നഷ്ടങ്ങളെ ഓർമ്മിക്കാനും അക്ഷരങ്ങളിൽ ആവാഹിക്കാനുമുള്ള ശ്രമം ശ്രദ്ധേയമാണ്. സമകാലിക രാഷ്ട്രീയത്തിന്റെ അപചയം, അകമേ പൊടിഞ്ഞുപോകുന്ന മനുഷ്യരുടെ

സഹനങ്ങൾ, ദുരധികാരത്തിൽ ചിതറിപ്പോവുന്ന നിരാലംബരായ മനുഷ്യരുടെ പേരറിയാത്ത വേദനകൾ, മോഹങ്ങളും മോഹഭംഗങ്ങളും മാറി മറിയുന്ന ഗ്രാമജീവിതത്തിന്റെ സംഘട്ടനങ്ങൾ, രതിവിരതികളുടെ നാനാർത്ഥങ്ങൾ, നാട്ടുജീവിതത്തിന്റെ നിഷ്കളങ്കതയ്ക്ക് മേൽ വന്നു വീഴുന്ന നാനാതരം കരിനിഴലുകൾ - അങ്ങനെ പലതരം പ്രമേയങ്ങളെ സ്പർശിച്ചുകൊണ്ടെഴുതിയ ഈ കഥകളിൽ നാം ജീവിക്കുന്ന കാലത്തിന്റെയും ലോകത്തിന്റെയും നേർ ചിത്രം കാണാവുന്നതാണ്. മനുഷ്യർ പാർക്കുന്ന അനേകം സ്ഥലികളുടെ നിഴലും വെളിച്ചവും സാന്ദ്രഭാഷയിൽ, കഥാകൃത്ത് കൊത്തിവെച്ചിരിക്കുന്നു.

രൂപപരമായ ആധികളൊന്നുമില്ലാതെ ഓരോ കഥയും ആവശ്യപ്പെടുന്ന ഉടലോടുകൂടിയാണ്, ലക്ഷ്മണൻ മണിയൂർ കഥകളെ പുറത്തേക്ക് കൊണ്ടുവരുന്നത്. കഥയുടെ ഉയിർ അഥവാ പ്രമേയം ആവശ്യപ്പെടുന്ന ഉടൽ മതി ഈ കഥയ്ക്ക് എന്ന ധീരമായ തീരുമാനം, കഥകളെ അർത്ഥങ്ങളുടെ വലിയ വ്യാപ്തിയിലേക്ക് എത്തിച്ചിരിക്കുന്നു. കവിതയോടും മിനിക്കഥകളോടും അടുത്ത സ്വരൂപഘടനയുള്ള ചില രചനകൾ ഈ സമാഹാരത്തിന്റെ ഭംഗികൂട്ടുന്നു. മിണ്ടാട്ടമില്ലാത്ത വീട്, പ്രണയം, കറുപ്പും വെളുപ്പും, തിറയാട്ടങ്ങൾ, സഞ്ചാരങ്ങൾ, എലിയും പൂച്ചയും, രാമചരിതം, മടക്കം, നിലനിൽപ്, ചിത ഒരു ഉത്തരം കൂടിയാണ്, രക്തസാക്ഷി, അവർ, ഇനിയുമുണ്ട് ആരൊക്കെയോ വിളിക്കാൻ തുടങ്ങിയ രചനകൾ കവിതകളായും അനുഭവക്കുറിപ്പുകളായും ചെറിയ കഥകളായും വായിക്കാവുന്ന രീതിയിൽ എഴുതിയതാണ്. മർമ്മസ്പർശിയായ നർമ്മമാണ് ഇവയുടെ പൊതുരീതി. ഏറ് പടക്കംപോലെ ആസ്വാദകരുടെ നെഞ്ചിൽ വന്ന് പതിക്കുകയും വിനിമയശേഷിയുടെ പരകോടിയിലെത്തുകയും ചെയ്ത സൃഷ്ടികളാണിവ. കുറുക്കിക്കുറുക്കി മുഴക്കുന്ന സ്വഭാവമാണ് ഈ കുറുങ്കഥകളുടെ പ്രാണൻ. 'എലിയും പൂച്ചയും' എന്ന കഥ അപാര രാഷ്ട്രീയ ആക്ഷേപഹാസ്യ കഥയാണ്. പുതിയ കാലത്തെ രാഷ്ട്രീയത്തിന്റെ ജീർണ്ണതയെ കാരുണ്യലേശമില്ലാതെ ആക്രമിക്കുന്ന ഈ കഥ അന്യാപദേശകഥയുടെ രൂപത്തിലാണ് രചിച്ചിരിക്കുന്നത്. 'തിറയാട്ടങ്ങൾ' എന്ന കഥയാവട്ടെ മനുഷ്യപ്പൈതങ്ങൾക്ക് സാന്ത്വനം നൽകാനാവാതെ നിസഹായനായി ഇരുട്ടിലേക്ക് പായുന്ന ദൈവത്തെ ചിത്രീകരിക്കുന്നു. സ്വന്തം തട്ടകത്തിൽ നിന്നാണ് ഈ കഥകൾക്കെല്ലാമുള്ള ഇന്ധനം കഥാകൃത്ത് ശേഖരിച്ചിട്ടുള്ളതെന്ന് കഥകൾ ബോധ്യപ്പെടുത്തുന്നു.

മിനിക്കഥയിൽനിന്ന് അൽപം മുതിർന്നതും എന്നാൽ ചെറുകഥയുടെ വ്യാപ്തി കൈവരിക്കാത്തതുമായ ചില രചനകളും ഈ സമാഹാരത്തിലുണ്ട്. അതിലൊന്നാണ് 'കൊറോണകാലത്തെ പ്രണയം' എന്ന കഥ. ഗബ്രിയേൽ ഗാർസ്യമാർക്കോസിന്റെ സുപ്രസിദ്ധ നോവലായ കോളറ

ക്കാലത്തെ പ്രണയത്തിന്റെ ശീർഷകത്തെ ഓർമ്മിപ്പിച്ച ഈ കഥ ഒരു സന്ദേശകഥയാണ്. കൊറോണ കാലത്ത് ഏകാന്തത്തടവിൽ പെട്ടുപോയ ഒരാൾ തന്റെ പ്രിയതമയ്ക്ക് എഴുതുന്ന കത്തിന്റെ രൂപത്തിലാണ് കഥ. “ഇത് ഒറ്റമുറിയാണ്.ഇവിടെ ഞാൻ ഒറ്റയ്ക്കാണ്, ഒറ്റവാതിൽ അതടച്ചി ട്ടിരിക്കയാണ്...” എന്ന് തുടങ്ങി “ഒറ്റപ്പെടൽ എന്ന അസ്വസ്ഥതയുടെ മല കയറുമ്പോൾ ഒരാശ്വാസത്തിനായി ഞാൻ തെക്കേ ജാലകത്തിന് അരികെ പോയി നിന്ന് അഴികൾക്കിടയിലൂടെ പുറത്തേക്ക് നോക്കും...” എന്ന് അവസാനിക്കുന്ന കഥ പ്രണയകാലത്തെ നല്ല ഓർമ്മകളെ മനോഹര മായ അക്ഷരങ്ങളിൽ ആവാഹിക്കുന്നു. രോഗത്തിന്റെ ദുരിതകാലത്തെ അതിജീവിക്കാൻ ഏറ്റവും പ്രശാന്തവും പ്രശോഭിതവും പ്രത്യാശാനിർഭ രവുമായ ഓർമ്മകളെ മനുഷ്യൻ ചേർത്തുനിർത്തിയതിനെ അനുസ്മരി പ്പിക്കുന്ന കഥയാണിത്.

“പച്ചയണിഞ്ഞ സുന്ദരി” എന്ന കഥയുടെ പശ്ചാത്തലം ഡെൽഹി യാണ്. ജി.ബി റോഡ് അഥവാ വേശ്യാത്തെരുവ് എന്ന് കുപ്രസിദ്ധമായ സ്ഥലത്ത് കൂടി നടക്കുന്ന ആഖ്യാതാവ് മാംസ വിൽപ്പനയ്ക്കായി അണി നിരന്ന പെൺകിടാങ്ങളിൽ ഒരു പരിചിതയുടെ മുഖം കാണുന്നു. അവിടം വിട്ടുപോന്നിട്ടും അതയാളെ അസ്വസ്ഥമാക്കി. ഓർമ്മകളിൽ അവൾ പതുക്കെ നിവരുമ്പോൾ ഗ്രാമീണ സുന്ദരി രാജലക്ഷ്മിയിൽ ചെന്നു തൊടുന്നു. രാജലക്ഷ്മിയും റഹീമും തമ്മിലുള്ള പ്രണയവും പ്രണയ ഭംഗവും ഒടുവിൽ വേശ്യത്തെരുവിലെത്തുന്നതുമൊക്കെ ഉള്ളുരുക്കത്തോടെ കഥാകൃത്ത് ആവിഷ്ക്കരിക്കുന്നു. പ്രണയം എങ്ങനെ നാശത്തിന് കീഴ ടങ്ങുന്നു എന്നതിന്റെ പ്രതീകാത്മകമായ വിവരണമായി മാറുന്ന കഥ. ഇതുപോലെ ഒരു പാപത്തിന്റെ അഥവാ അഗമ്യ ഗമനത്തിന്റെ ആനന്ദ- അസ്വസ്ഥത സമ്മിശ്ര വികാരമായി തിടംവെച്ച് വരുന്ന കഥയാണ് ‘ആരോ രുമറിയാതെ.’ രവിയും ബന്ധുവിന്റെ ഭാര്യയായ നളിനിയും തമ്മിലുള്ള അവിഹിതവും അതിൽ ഒരു കുഞ്ഞു ജനിക്കുന്നതും നാലാളറിയാതെ ആ കുഞ്ഞിനെ കുഴിച്ചുമൂടുന്നതും നളിനിയും ഭർത്താവും തമ്മിലുള്ള ജീവിതം സ്വാഭാവികമായി തുടരുന്നതും ആ ഓർമ്മയും പേറി നടക്കുന്ന രവിയും വായനക്കാരുടെ മനസിനെ മഥിച്ചുകൊണ്ട് കഥയിൽ നിന്ന് പുറ ത്തേക്ക് വരുന്നു.

നാട്ടിലെ ഉത്സവങ്ങളും സാധാരണ ജീവിതങ്ങളും നാട്ടുഭാഷയും നാടോടി അനുയോഗാവതരണങ്ങളും കൃഷിയും മതസൗഹാർദ്ദത്തോടെ ജീവിക്കുന്ന മനുഷ്യനുമൊക്കെ കടന്നുവരുന്ന ഈ കഥാഭൂമികയിൽ പിറവിയെടുത്ത ശ്രദ്ധേയമായ കഥകളിലൊന്നാണ് “അപ്പുണ്ണി.” നാട്ടു ദേവതകളായ ഗുളികനെയും കുട്ടിച്ചാത്തനെയും തള്ളിപ്പറഞ്ഞ അപ്പുണ്ണി ഒടുവിൽ വർഷങ്ങൾക്ക് ശേഷം അതേ കാവിൽ ഭക്തനായി തിരിച്ചെ

ത്തുന്നു. മഹാവിപ്ലവകാരിയായ അപ്പുണ്ണിയുടെ മാറ്റം ആഖ്യാതാവിൽ ഉണ്ടാക്കിയ അമ്പരപ്പാണ് കഥയുടെ കേന്ദ്രം. "വീണ്ടും ചിരിക്കുന്ന കണാരേട്ടൻ", "അശാന്തിയുടെ കാവൽക്കാർ", "അരുന്ധതി ഇപ്പോഴും കരഞ്ഞുകൊണ്ടേയിരിക്കുന്നു", "പരിണാമം", "നിലവിളികൾക്കിടയിലൂടെ ഒരാൾ", "ഇരുളിനും വെളിച്ചത്തിനുമിടയിൽ", "അച്ഛനും മകളും", "വാലു മുറിച്ച പല്ലികളുടെ ഗ്രാമം" തുടങ്ങിയ ഈ സമാഹാരത്തിലെ കഥക ളെല്ലാം ഓരോ രീതിയിൽ കാലത്തെ ശക്തമായി അടയാളപ്പെടുത്തുന്ന വയാണ്. ജീവിതം അതൊന്നു മാത്രം എന്ന ദർശനത്തെ ഏറ്റവും സക്രി യമായും സൗന്ദര്യാത്മകമായും ആവിഷ്ക്കരിച്ച കഥാകൃത്തിന് കാഴ്ച കളും ഉൾക്കാഴ്ചകളും സമ്മാനിച്ചതിന്റെ രേഖപ്പെടുത്തലുകളാണ് ഈ കഥകൾ.

ഉള്ളടക്കം

മിണ്ടാട്ടമില്ലാത്ത വീട്

ഇടവഴികളും പടവുകളും തെണ്ടിത്തിരിഞ്ഞ്, അയാൾ അന്വേഷണത്തിന്റെ എണ്ണമറിയാത്ത ഒരു ദിവസംകൂടി താണ്ടി. അവശനായി വീട്ടു വരാന്തയിലെ മരക്കസാരയിൽ വീണു ചരിഞ്ഞു.

അച്ഛൻ വന്നുകയറുമ്പോൾ പാലിക്കേണ്ട മര്യാദകൾ, ഒരു ഉദക ക്രിയയുടെ ചിട്ടപോലെ ചാരുപടിയിൽ ചാരി, മനസാ നിർവ്വഹിച്ചു മകൻ.

വിലയ്ക്കുവാങ്ങാൻ പറ്റാത്ത ഒരു വികാരത്തിന്റെ നഷ്ടം അയാളുടെ മുഖത്തുണ്ടായിരുന്നു.

നിർജ്ജീവമായ കണ്ണും മരവിച്ച് വെളുത്ത ചിറിയും ചീകിയൊതുക്കാത്ത മുടിയുമായി അമ്മ മുറിക്കകത്ത് ഒരു നിശ്ചലദൃശ്യമായി. പൊക്കിൾക്കൊടിയുടെ അനിർവചനീയമായ അർഥവും പേറ്റുനോവിന്റെ അവാച്യമായ തീക്ഷ്ണതയും ആ മുറിയിൽ നിറഞ്ഞ മൗനത്തിന്റെ ആഴത്തിൽ നിന്നും വായിച്ചെടുക്കാം.

കാലത്തിന്റെ കളിയാട്ടങ്ങളറിഞ്ഞ അയൽക്കാരും ബന്ധുക്കളും, കാണാമറയത്തവളുണ്ടെന്നും വരുമെന്നും ആശ്വസിപ്പിച്ചുകൊണ്ട് വന്നു കയറിപ്പോയി.

മഹാഭാരതയുദ്ധം തീർന്ന പതിനെട്ടാമത് രാത്രിയിലെ കുരുക്ഷേത്ര ഭൂമിപോലെ, മുറ്റവും മുറിയും, മൂലയും നിശ്ശബ്ദതയുടെ തടാകമായി.

കടിച്ചുവലിക്കപ്പെട്ട് ചോര കല്ലിച്ച ചുണ്ടും ചാന്ത് കലങ്ങിയൊലിച്ച നെറ്റിയും മഷി കലങ്ങിയ കണ്ണും ഹൂക്കഴിഞ്ഞ ബ്രേസിയറും നഖക്ഷത മേറ്റ മാറിടവും, ഞെരിഞ്ഞമർന്ന സാരികൊണ്ട് മറച്ച മുഖവുമായി ഭാരം വലിച്ചുതളർന്ന ഒരു കാളയെപ്പോലെ വേച്ച് വേച്ച് നടന്ന്, മൗനംമുറ്റിയ മുറ്റത്തുകൂടെ ആരെയും നോക്കാതെ ആരോടും മിണ്ടാതെ, അവൾ അകത്തേക്ക് കയറിപ്പോയി.

കൊറോണക്കാലത്തെ പ്രണയം

പ്രിയമുള്ളവളേ,

ഇത് ഒരു ഒറ്റമുറിയാണ്.
ഇവിടെ ഞാൻ ഒറ്റയ്ക്കാണ്.
ഒറ്റവാതിൽ. അതടച്ചിട്ടിരിക്കയാണ്.
രണ്ട് ജാലകങ്ങൾ ഉണ്ട് - ഒന്ന് വടക്കും
മറ്റേത് തെക്കും. ഉദയവും അസ്തമയവും
എനിക്ക് കാണാൻ പറ്റില്ല.
പറ്റുന്നത് എന്റെ ഹൃദയചക്രവാളത്തിലെ
നിന്നെ മാത്രം!

സന്ദർശകർ ഇല്ലേയില്ല - ബന്ധുക്കളായിട്ടും, സുഹൃത്തുക്കളായിട്ടും. ഒക്കെ നിയന്ത്രണങ്ങളിൽ തടയപ്പെട്ടു. എന്നാൽ മരുന്ന്, ഭക്ഷണം എന്നിവ എത്തിക്കാനായിട്ടുള്ള സർക്കാർ പ്രതിനിധിയോ സന്നദ്ധസേവകരോ വരും. പിന്നെ അല്പം ആശ്വാസം തരുന്നത് ഫോൺകോളുകളാണ്. പ്രത്യേകിച്ച് നിന്റെ. അവ കഴിഞ്ഞാൽ വീണ്ടും ഒറ്റയ്ക്ക്!

ഒറ്റയ്ക്കാവുമ്പോൾ ഞാനാദ്യം വടക്കേ ജാലകത്തിന്റെ അഴികൾക്കിടയിലൂടെ പുറത്തേക്ക് നോക്കിയിരിക്കും. മനോഹരമായ ജാലകക്കാഴ്ചകൾ ഒന്നുമുണ്ടായിട്ടല്ല - വിദൂരതയിലേക്കങ്ങനെ നോക്കിനിൽക്കുമ്പോൾ നമ്മുടെ പ്രണയാരംഭത്തിന്റെ ചെറിയ ചെറിയ നേരങ്ങൾ മനോഹരങ്ങളായ ചിത്രങ്ങളായി വന്ന് എന്റെ കണ്ണിലും മനസ്സിലും നിറയും.

നീ വന്ന ആദ്യദിവസംതന്നെ നീയറിയാതെ നിന്നെ ഞാൻ നോക്കി നിന്നത്, ഉച്ചനേരങ്ങളിൽ സഹപ്രവർത്തകരോടൊത്ത് കൊന്നമരച്ചോട്ടിൽ ഇരിക്കുന്നത് നോക്കിനിന്നത്, എന്റെ മുറിയുടെ ജാലകത്തിനരികിലൂടെ പോകുന്നത് നോക്കിനിന്നത്, നടപ്പാതയിൽവച്ച് നിന്റെയും എന്റേയും കണ്ണുകൾ ആദ്യമായി തമ്മിലുടക്കിയത്- അപ്പോൾ നിന്റെ കണ്ണിൽ പ്രണയപുഷ്പങ്ങൾ വിടർന്നിരുന്നു! സവാരികൾ, ഫോൺ സംഭാഷണങ്ങൾ... അങ്ങിനെ അങ്ങിനെ നമ്മുടെ പ്രണയപർവ്വത്തിലെ പൂർവ്വാധ്യായങ്ങൾ ഓരോന്നും...

കാഴ്ചകളെല്ലാം മങ്ങിമായുമ്പോൾ ഞാൻ വീണ്ടും ഒറ്റപ്പെടും.

കൊറോണവൈറസ് സൃഷ്ടിച്ച ഈ അകലം – നിന്റെ കണ്ണിലെ അനുരാഗത്തിന്റെ കവിത കേൾക്കാനാവാത്ത,

ചുണ്ടിലെ മധുരം നുകരാനാവാത്ത,

ചുരുൾ മുടിയിലെ നല്ലെണ്ണമണം അറിയാനാവാത്ത – ഈ ദൂരം നമ്മെ വളരെ അരികിലാക്കുന്നില്ലേ...?

ഉണ്ടെന്നതാണ് സത്യം.

പ്രണയിനികളുടെ അകൽച്ചയും നഷ്ടപ്രണയവും അതിമധുരമാണെന്നല്ലേ അതനുഭവിച്ചറിവുള്ള നമുക്ക് മുമ്പത്തെ പ്രണയിനികൾ സാക്ഷ്യപ്പെടുത്തുന്നത്.

ജീവിതത്തിൽ മുമ്പ് അനുഭവിച്ചിട്ടില്ലാത്ത ഭയാശങ്കകൾ മാത്രം കത്തിക്കാളുന്ന ദിനരാത്രങ്ങൾ!

ഒരുമിച്ച് കഴിയേണ്ടവർ പലനാടുകളിൽ...

ഒരു വീട്ടിലുറങ്ങേണ്ടവർ പലവീടുകളിൽ...

ഉണ്ണാനും ഉരിയാടാനും കൂട്ടില്ലാതെ...

സങ്കൽപ്പിക്കാൻ പറ്റാത്ത അവസ്ഥകൾ...!

ഈ കൊറോണക്കാലം ആരെയൊക്കെ അവശേഷിപ്പിക്കും!?

ഒറ്റപ്പെടൽ എന്ന അസ്വസ്ഥതയുടെ മലകയറുമ്പോൾ ഒരാശ്വാസത്തിനായി ഞാൻ തെക്കേ ജാലകത്തിന് അരികെപോയി നിന്ന് അഴികൾക്കിടയിലൂടെ പുറത്തേക്ക് നോക്കും.

മലയുടെ മനോഹരമായ താഴ്വാരം,

പുൽമൈതാനങ്ങൾ,

കുറ്റിക്കാടുകൾ,

പച്ചനിറത്തിന്റെ പല കൂട്ടുകൾ...!

പല നിറങ്ങൾ വാരിവിതറിയപോലെ

പലതരം പൂക്കൾ...

മേലെ മനോഹരമായ നീലാകാശം...

അങ്ങ് താഴെ,

പ്രണയഗാനം പാടുന്ന കാട്ടരുവികൾ...

ആ ഗാനം ഏറ്റുപാടുന്ന ഇളംകാറ്റ്!

കാറ്റിന്റെ കൈപിടിച്ചുവരുന്ന നീ...!

ഒടുവിൽ ഒരു കാറ്റായി, ജാലകത്തിരശ്ശീലയിളക്കി

അകത്തേക്കൊഴുകുന്ന നീ...!

പ്രണയം

ആദ്യത്തെ ചാറ്റിങ്ങിൽതന്നെ പ്രണയം പൂത്തിരുന്നു.
പിന്നെ കാത്തിരുന്ന് കാത്തിരുന്ന് കടൽക്കരയിൽ ഒരു സംഗമം;
പട്ടണത്തിൽ നിന്ന് ഒരു ഐസ്ക്രീം.
സുഖവാസകേന്ദ്രത്തിലെ തണുത്ത മുറിയിൽ
ഒരു സഹശയനം.
അനന്തരം, അടിവയർ തലോടിയുള്ള ഒരു കാത്തിരിപ്പ്!
'ഈ നമ്പർ നിലവിലില്ല' എന്ന
ആവർത്തിച്ചുള്ള ഫോൺ റിപ്ലൈ!!!
നിദ്രാവിഹീനങ്ങളായ നീണ്ട നിശകൾ!
ഒടുവിൽ,
കാത്തിരിപ്പിന്റെ ഭാരമിറക്കിവെച്ചുകൊണ്ട്,
വീടറിയാതെ, നാടറിയാതെ,
കടലിന്റെ ആഴങ്ങളിലേക്കവളിറങ്ങി
മോചിതയായി....!!!!
വീടും നാടും കടൽക്കരയിൽ കാത്തിരുന്നു.

പച്ചയണിഞ്ഞ സുന്ദരി

ഇന്ന് വൈകുന്നേരത്തെ കറക്കം എവിടെയായിരിക്കണമെന്ന് ഇന്നലെ വൈകുന്നേരത്തെ കറക്കത്തിനൊടുവിൽ കട്കട്ഡ്യൂമയിലെ പ്രീത് വിഹാറിൽ തിരിച്ചെത്തി ഉറങ്ങാൻ കിടക്കുന്നതിന് മുമ്പേ തീരുമാനിച്ചിരുന്നു. ഈ കലാപരിശീലനത്തിനായി ഡൽഹിയിലെത്തിയിട്ട് മൂന്ന് ആഴ്ചയായി. ഈ മൂന്ന് ആഴ്ചയും ക്ലാസ് കഴിഞ്ഞ വൈകുന്നേരങ്ങളിലും അവധി ദിവസങ്ങളിലും ചെറിയ ഗ്രൂപ്പുകളായി ഡൽഹിയിലേയും പരിസര പ്രദേശങ്ങളിലേയും വിശേഷപ്പെട്ട സ്ഥലങ്ങൾ സന്ദർശിക്കുക പതിവായിരുന്നു.

ചെങ്കോട്ടയാണ് ആദ്യം സന്ദർശിച്ചത്. പിന്നെ, രാജ്ഘട്ട്, ഇന്ദിരാ ഗാന്ധിയുടെ വീട്, തീൻമൂർത്തിഭവൻ, ജുമാമസ്ജിദ്, കുത്തബ്മിനാർ, ഫത്തേപ്പൂർ സിക്രി, താജ്മഹൽ, ബഹായിടെമ്പിൾ, വൃന്ദാവൻ... അങ്ങിനെ ഡൽഹിയിലേയും അടുത്ത നാടുകളിലേയും സവിശേഷതയാർന്ന കുറേയിടങ്ങൾ...

ഇവയിൽ നിന്ന് തികച്ചും വേറിട്ട ഒരിടത്തേക്കാണ് ഞങ്ങൾ ഇന്നത്തെ കറക്കം തീരുമാനിച്ചത്. ഞങ്ങളുടെ കൾച്ചറൽ ക്യാമ്പിൽ ഇന്ത്യയിലെ എല്ലാ സംസ്ഥാനങ്ങളിൽനിന്നുമുള്ള എഴുപത് ആർട്ടിസ്റ്റുകളായ അധ്യാപകരുണ്ട്. ക്ലാസ് കഴിയാൻ കാത്തിരിക്കുകയാണ്, കാഴ്ചകൾ കാണാനായി. കുറച്ചുദിവസത്തെ പരിശീലനം കൂടി കഴിഞ്ഞാൽ പിരിഞ്ഞുപോകണം. അതിനിടയ്ക്ക് ആകാവുന്നിടത്തോളം ഡൽഹിയെ കാണണം.

അഞ്ച് മണിക്ക് ക്ലാസ് കഴിഞ്ഞു. കാന്റീനിൽനിന്ന് കടുപ്പത്തിൽ ഒരു കാപ്പി കഴിച്ച് തണുപ്പകറ്റി. ആഴ്ചകൾക്ക് മുമ്പ് ഡൽഹിയിൽ ഇറങ്ങിയപ്പോൾ തണുപ്പ് സഹിക്കാൻ കഴിഞ്ഞിരുന്നില്ല. ഇപ്പോൾ ഊഷ്മാവ് മൈനസിലെത്തിയിട്ടും പൊരുത്തപ്പെടാൻ കഴിയുന്നുണ്ട്.

ഞങ്ങൾ ആറുപേരും കൾച്ചറൽ സെന്ററിൽ നിന്നിറങ്ങി മണ്ഡി ഹൗസിലെ ബസ്സ് സ്റ്റോപ്പിലെത്തി ബസ്സ് കയറി.

ജി.പി. റോഡിലിറങ്ങുമ്പോൾ അവിടം നേരിയ പുകമഞ്ഞിലായിരുന്നു. സ്ട്രീറ്റിലേയും ഷോപ്പിലേയും ലൈറ്റുകളെല്ലാം പല നിറങ്ങളിൽ പ്രകാശിച്ചു തുടങ്ങിയിരുന്നു.

ഇന്നലെവരെ കണ്ടതുപോലുള്ള സ്ഥലമല്ലല്ലോ ഡൽഹിയിലെ കുപ്രസിദ്ധമായ ജി.ബി.റോഡ്... അതായത് വേശ്യാത്തെരുവ്!

വീതിയേറിയ റോഡിൽ നിറഞ്ഞു നീങ്ങുന്ന ജനങ്ങൾ പരന്നൊഴുകുന്ന ഒരു നദിപോലെയോ, ഒരു എഴുന്നള്ളത്തിനുപിന്നാലെ നീങ്ങുന്ന ആൾക്കൂട്ടംപോലെയോ തോന്നിച്ചു. ഈ റോഡ് വാഹന ഗതാഗതത്തിനുള്ളതായി തോന്നിയില്ല.

റോഡിനിരുവശത്തുമുള്ള ലോഡ്ജുകളുടേയും ഷോപ്പുകളുടേയും വരാന്തകളിലും വാതിൽപ്പടികളിലും ജാനാലക്കപ്പുറവും ഗോവണിപ്പടവുകളും നിന്നും ഇരുന്നും, കിടന്നും ആടയാഭരണങ്ങളണിഞ്ഞ സുന്ദരികളായ വേശ്യകൾ, ഇന്ത്യയിലെ വിവിധ സംസ്ഥാനങ്ങളിൽ നിന്നെത്തിയവർ... അവർ കൈകൊണ്ടും കണ്ണുകൊണ്ടും ശരീരംകൊണ്ടും കാഴ്ചയ്ക്കും വേഴ്ചയ്ക്കും വേണ്ടി റോഡിലൂടെ നടന്നുനീങ്ങുന്ന പുരുഷൻമാരെ ക്ഷണിച്ചുകൊണ്ടിരുന്നു അവരുടെ ശരീരത്തെ അനുഭവിച്ച് ആസ്വദിക്കാൻ...

അതേസമയം കൂട്ടിക്കൊടുപ്പുകാർ ഞങ്ങളെ തൊട്ടുരുമ്മി അവർക്കുവേണ്ടി വിലപേശിക്കൊണ്ടിരുന്നു. ഞങ്ങൾ വെറും കാഴ്ചക്കാരായതുകൊണ്ടും വേഴ്ചക്കാരല്ലാത്തതുകൊണ്ടും അവരെ അവഗണിച്ചുകൊണ്ട് റോഡിലൂടെ പരക്കേ നടന്നുനീങ്ങുന്ന ആൾക്കൂട്ടമായിത്തന്നെ തുടർന്നു. ആൾക്കൂട്ടത്തിന്റെ ഉച്ഛ്വാസവായുവിന്റെ ചുടിൽ തണുപ്പറിഞ്ഞിരുന്നില്ല. പക്ഷേ, അപ്പോഴേക്കും ഒരു മരവിപ്പ് മനസ്സിനെ പിടികൂടിയിരുന്നു. എല്ലാ ഊർജ്ജവും ഉൻമേഷവും കെട്ടുകൊണ്ടിരുന്നു.

അൽപ്പനേരം ഞാനെന്നിലേക്കാഴ്ന്നിറങ്ങി. അപ്പോൾ എല്ലാ ഇന്ത്യക്കാരും ചൊല്ലിപ്പഠിച്ച, പഠിപ്പിച്ചുകൊണ്ടിരിക്കുന്ന ആ പ്രതിജ്ഞ വീണ്ടുമെന്റെ കാതിൽ കേട്ടു!

“ഇന്ത്യ എന്റെ രാജ്യമാണ്. എല്ലാ ഇന്ത്യക്കാരും എന്റെ സഹോദരീസഹോദരൻമാരാണ്...”

ഒരു നിമിഷം മനസ്സിനാകെ ഒരു തരിപ്പനുഭവപ്പെട്ടു!

ഇവർ എന്റെ പെങ്ങൻമാരാണ്!

ഇവരെയാണോ ഇവരുടെ ശരീരം വിറ്റ് ജീവിക്കുന്ന ഈ അവസ്ഥയെയാണോ ഞാനെന്റെ ശരീരസുഖത്തിനും മാനസികോല്ലാസത്തിനും ഉപയോഗിക്കുന്നത്...?

ഛെ...! ഞാനെന്തൊരു....

ഞങ്ങൾ ആൾക്കൂട്ടത്തിനു നടുവിൽ വട്ടംകൂടി. ‘ഈ കാഴ്ചകൾ ആനന്ദത്തിന്റേതല്ല, ആവേശത്തിന്റേതല്ല, ആഘോഷത്തിന്റേതുമല്ല....’

മനസ്സ് അങ്ങിനെത്തന്നെ പറഞ്ഞുറപ്പിച്ചു. ജി.ബി. റോഡിലെ ആ നേരത്തെ കനത്ത മഞ്ഞും തണുപ്പും ഞങ്ങളിലൊന്നുകൂടി ഉറഞ്ഞുകൂടി!

ലജ്ജകൊണ്ട് തലതാണുപോയി. മൗനത്തിന് അർത്ഥസമ്പുഷ്ടമായ വാചാലത കൈവന്നു.

'വാ... നമുക്ക് തിരിച്ചു നടക്കാം...'

ഞാൻ മുന്നിൽ നടന്നു. ഒരു ഉദകക്രിയയ്ക്ക് പോകുംപോലെ അവർ പിന്നാലെയും.

ഇരുട്ടിനും മഞ്ഞിനും തണുപ്പിനും കനമേറിയേറി വന്നു. വർണ്ണ പ്രകാശങ്ങൾ മഞ്ഞിൽ മങ്ങിപ്പരന്നു.

മനസ്സിന്റെ ആവേശം കെട്ടപ്പോൾ ശരീരത്തിന് തണുപ്പ് സഹിക്കാൻ പറ്റാതായി തുടങ്ങി.

ഞങ്ങൾ തിരിച്ചു നടക്കേ, ടെറസ്സിൽ കണ്ട വാലിട്ടു കണ്ണെഴുതിയ നീണ്ടമുടിയുള്ള പച്ചവസ്ത്രമണിഞ്ഞ ആ സുന്ദരി എന്നെ പഴക്കമേറിയ ചില ഓർമ്മകളിലേക്ക് കൂട്ടിക്കൊണ്ടുപോയി.

അവൾ....?

എന്നോ, എവിടെയോ കണ്ടുമറന്ന മുഖം....

ഞാൻ ഓർമ്മയിലെ ഊടുവഴികളിലൂടെ സഞ്ചരിച്ചു.

അവളാരാ...?

ജി.ബി. റോഡിന്റെ പ്രവേശന വഴിയിലെത്തി കൂട്ടുകാരോടൊപ്പം കട്കട്ഡ്യൂമയിലേക്ക് ബസ്സ് കയറുമ്പോൾ ആ പച്ചവസ്ത്രമണിഞ്ഞ സുന്ദരിയും എന്റെ ചിന്തയിലേക്ക് കയറി...!

ബസ്സിന്റെ വേഗതയേക്കൾ വേഗത്തിൽ തണുത്ത കാറ്റ് ബസ്സിനകത്തുകൂടെ കയറിയിറങ്ങിയപ്പോൾ ശരീരം ഒന്നുകൂടെ തണുത്തു.

കട്കട്ഡ്യൂമയിലിറങ്ങി ചൂടുള്ള തന്തൂർ റൊട്ടിയും സബ്ജിയും കഴിച്ചപ്പോൾ തണുപ്പിന് അൽപം കുറവുതോന്നി. എൻക്ലേവിൽ ചെല്ലുമ്പോൾ അവിടെ മറ്റുള്ളവർ വർത്തമാനങ്ങൾ പറഞ്ഞും പാട്ടുപാടിയും രസിക്കുകയായിരുന്നു.

എനിക്ക് അതിലൊന്നും ചേരാൻ തോന്നിയില്ല. ഉറങ്ങാൻ കിടന്നു. ഉറക്കം വന്നില്ല. കണ്ണുകൾ മുറുകെ ചിമ്മിനോക്കി, ഉറക്കം വന്നേയില്ല...!

അടച്ചിട്ട കണ്ണുകളിൽ ഞാനവരെ വീണ്ടും വീണ്ടും കാണുകയായിരുന്നു. ആണുങ്ങളെ ആവേശഭരിതരാക്കുന്ന സുന്ദരികളായ വേശ്യകളെ...! അവർ ആ നേർത്ത മഞ്ഞിൽ, വർണ്ണപ്രകാശങ്ങളിൽ അവരുടെ ദേശത്തിന്റെ വേഷങ്ങളിൽ നയനമനോഹരികളായി.

ആ പച്ചവേഷമണിഞ്ഞ സുന്ദരിയുടെ മുഖം ഒരു മൊബൈൽ ഫോണിലെന്നപോലെ സൂം ചെയ്തു നോക്കി.

ഇത് രാജലക്ഷ്മിയെപ്പോലെയിരിക്കുന്നല്ലോ!

എന്റെ പ്രിയ സുഹൃത്ത് ധർമ്മരാജിന്റെ നഷ്ടപ്പെട്ട പെങ്ങൾ!?

പണ്ട് ഞാൻ യു.പി.സ്കൂളിൽ പഠിച്ചിരുന്ന കാലത്ത് പലചരക്ക്കട നടത്തുന്ന റഹീമുമായി ഒരുപാട് നേരം സംസാരിച്ചുനിൽക്കുന്ന രാജലക്ഷ്മിയെ ഒരുപാട് ദിവസങ്ങളിലായി കണ്ടത് ഓർമ്മയിലുണ്ട്.

നല്ല ശരീര വടിവൊത്ത അംഗലാവണ്യം വഴിയുന്ന വെളുത്ത സുന്ദരി! നിതംബത്തിനും താഴെയെത്തുന്ന എണ്ണമയമുള്ള കറുത്ത മുടി, കരിമഷിയിട്ട സുന്ദരമായ കണ്ണുകൾ. പൊക്കിളിനുതാഴെ കള്ളിമുണ്ടുടുത്ത് പുള്ളിക്കുപ്പായവുമിട്ട് റഹീമിന്റെ പീടികയുടെ തൂണുംചാരിനിൽക്കുന്ന രാജലക്ഷ്മി!

പ്രേമമെന്തെന്നറിയാൻ തുടങ്ങിയ കാലത്താണ് പ്രണയിനികൾക്ക് പറഞ്ഞാലും പറഞ്ഞാലും തീരാത്ത പലതും പറയാനുണ്ടെന്ന് ഞാനറിഞ്ഞത്.

ആ പ്രണയിനികളും, പറഞ്ഞാലും പറഞ്ഞാലും തീരാത്ത പലതും പറഞ്ഞതായിരിക്കില്ലേ ഞാനന്ന് കണ്ടത് ...?

മതത്തെ കീഴടക്കാൻ പ്രണയത്തിന് പ്രയാസമായപ്പോൾ പ്രണയസാഫല്യത്തിനായി അവർക്ക് നാടുവിടേണ്ടി വന്നു!

അവരുടെ പ്രണയം പല ഋതുക്കളിലൂടെ കടന്നുപോയി. വസന്തവും വർഷവും ഗ്രീഷ്മവും അവർ പങ്കുവെച്ചു; സ്വപ്നങ്ങളെല്ലാം പങ്കുവെച്ചു....

കാലം ആവശ്യമില്ലാത്തതിനെ മായ്ക്കുകയും മറക്കുകയും ആവശ്യമുള്ള ചില പുതിയതിനെ രൂപപ്പെടുത്തുകയും ചെയ്യുമെന്ന വിശ്വാസത്തിൽ വർഷങ്ങൾക്കുശേഷം ഒരിക്കൽ രാജലക്ഷ്മിയും റഹീമും തിരിച്ചു വന്നു. പക്ഷേ, നാടൊന്നും മറന്നിട്ടില്ലായിരുന്നു!

ആശങ്കകൾ നിറഞ്ഞ രാപ്പകലുകളായിരുന്നു പിന്നീട് രാജലക്ഷ്മിക്ക്!

റഹീം അകലുകയാണോ, അതോ അകറ്റുകയാണോ....? ഏതായാലും റഹീം തനിക്ക് നഷ്ടപ്പെടുകയാണെന്ന് പതുക്കെ, പതുക്കെ രാജലക്ഷ്മിക്ക് മനസ്സിലായിത്തുടങ്ങി. പിന്നെ അവൾ ഏതൊക്കെയോ വഴികളിലൂടെ സഞ്ചരിച്ചു!

അവസാനം അവൾ അപ്രത്യക്ഷയായി!

പുറത്ത് മഞ്ഞ് പെയ്തുകൊണ്ടിരുന്നു. അകത്ത് മറ്റെല്ലാവരും ഉറക്കത്തിന്റെ ആഴങ്ങളിലാണ്ടുപോയിരുന്നു.

ഞാൻ മാത്രം ഉറങ്ങാതെ ഇങ്ങനെ...

പിന്നെയും അടച്ചിട്ട കണ്ണുകളിലെ പ്രകാശം നിറഞ്ഞ മഞ്ഞിനുള്ളിലൂടെ അപ്പുറത്തേക്ക് നോക്കിക്കൊണ്ടിരുന്നു.

ഒടുവിലായി പറയട്ടെ,

ഇനി ഞാനാ സുന്ദരിയെ 'പച്ചവസ്ത്രമണിഞ്ഞവൾ' എന്ന് വിളിക്കില്ല!

കറുപ്പും വെളുപ്പും

ഋതുമതിയായ നാൾമുതൽ
വെളുത്തവനെ സ്വപ്നം കണ്ടിരിക്കുകയായിരുന്നു
കറുത്തവളായ മീനാക്ഷി.
കറുപ്പിനേഴഴകാണെന്ന്
അവൾ ഒരിക്കലും അംഗീകരിച്ചിരുന്നില്ല.
അവൾ വെളുത്തവനെ സ്വപ്നം കണ്ടു-
ഒരുപാട് കാലം!
എന്നാൽ വെളുത്തവന്റെ വരവുണ്ടായില്ല
വീട്ടിലൊരു ശാപമായി അവശേഷിക്കരുതെന്ന
മാതാപിതാക്കളുടെ ഒടുവിലത്തെ വേവലാതിക്ക്
മീനാക്ഷി കീഴ്പ്പെട്ടു.
ഒരു ശുഭമുഹൂർത്തത്തിൽ
ഒരു കറുത്ത കുഞ്ഞുണ്ണിയുടെ കൈപിടിച്ച്
മീനാക്ഷി പടിയിറങ്ങിപ്പോയി.
മീനാക്ഷിയുടെ വെളുത്ത സ്വപ്നങ്ങൾ
കറുത്ത കുഞ്ഞിണ്ണിയോടൊപ്പം പങ്കിട്ടു.
ആനന്ദം മുറ്റിയ പകലുകളും
ആവേശകരമായ രാവുകളും
ഒരുപാട് കടന്നുപോയി...
മധുരമായ മധുവിധുരാവുകൾ....!
ആയിടയ്ക്ക് കുഞ്ഞുണ്ണിക്ക് പണിതേടി
ദൂരേക്കെങ്ങോ പോകേണ്ടിവന്നു.
കുഞ്ഞുണ്ണിയുടെ സ്വപ്നങ്ങളുടെ വക്കുകളിൽ
കറുപ്പ് രാശി പടർന്നു.
കുഞ്ഞുണ്ണിപോയി രണ്ടാഴ്ചയ്ക്ക് ശേഷം
മീനാക്ഷിയേയും അയലത്തെ വെളുത്ത കരുണാകരനേയും
കാണാതായി...!
വെളുപ്പിന്റെ ഒരു പവറേയ്...!!!

ദുരന്തങ്ങളുണ്ടാവുന്നത്...

അത്താഴം കഴിക്കുന്നതിനിടയിൽ അരവിന്ദൻ ഇന്നലത്തെ അതേ പ്രശ്നം ആവർത്തിച്ചു. രജനി ഇന്നലത്തെ ചോദ്യവും.

അരവിന്ദൻ വീണ്ടും ഇങ്ങനെ പറഞ്ഞു

'ഞാനെന്ത് ചെയ്യാനാ.... എന്റെ ചെയറിനരികെയുള്ള ജാലകത്തിലൂടെ, ആ പഴയ കെട്ടിടത്തിന്റെ ഉള്ളിൽ നിന്ന് അയാൾ വളരെ രഹസ്യമായി എന്തോ ചെയ്യുന്നത് കണ്ടത് നേരാ. അതെന്താണെന്ന് ഉറപ്പ് വരുത്താനായി ഞാൻ വരാന്തയിൽ വന്ന് ആരും ശ്രദ്ധിക്കാത്തവിധം വീണ്ടും നോക്കി. എന്തുപറയാൻ, അയാളെ അവിടെയെങ്ങും കണ്ടില്ല".

"നിങ്ങൾക്ക് ഓഫീസിലും പോലീസിലും അറിയിച്ചുകൂടെ? അവൾ ദേഷ്യപ്പെട്ടു.

"പോലീസിലറിയിച്ചാൽ പിന്നെ എനിക്ക് ജോലിക്ക് പോകാൻ പറ്റില്ല. പലയിടങ്ങളിലും കയറിയിറങ്ങേണ്ടിവരും. പല ചോദ്യങ്ങൾക്കും മറുപടി പറയേണ്ടിവരും. പോലീസുകാർക്ക് അതൊന്നും തൃപ്തിയായില്ലെങ്കിൽ എന്നെ സംശയിക്കും. ചിലപ്പോൾ പ്രതിയാക്കും. ഈ നൂലാമാലയ്ക്ക് നില്ക്കണംന്നാ നീ പറേന്നേ?"

"അങ്ങനെ ചെയ്യണംന്നല്ല. ദുരൂഹമായതെന്തോ ചെയ്യുന്നു എന്ന് നിങ്ങൾ സംശയിക്കുന്ന ഒരു മനുഷ്യനെ പോലീസിൽ ചൂണ്ടിക്കാണിച്ചുകൊടുക്കുന്നതിലെന്താ തെറ്റ്?

ഭാര്യയുടെ ദേശസ്നേഹത്തിനു മുന്നിൽ അരവിന്ദന് ഉത്തരം മുട്ടി. ഡൈനിംഗ് ടേബിളിൽ നിന്ന് ഒരു ഗ്ലാസ് വെള്ളമെടുത്ത് കുടിച്ചിട്ട് ഇങ്ങനെ പറഞ്ഞു

"തെറ്റൊന്നുമില്ല. എന്നാലും അവരെന്നെ ചോദ്യം ചെയ്യൂല്ലേ.... മാത്രമല്ല, നമ്മളെന്തിനാ അന്യന്റെ കാര്യങ്ങളിങ്ങനെ ചിന്തിച്ച്...ചിന്തിച്ച്..."

"ഉം....." അരവിന്ദന്റെ ഉള്ളിലിരിപ്പ് മനസ്സിലാക്കിയ രജനി അർത്ഥം വെച്ചൊന്ന് മൂളി.

"ഇങ്ങനെപോയാ ചെലപ്പോ നമ്മളുണ്ടാവില്ല"

ഒരോർമ്മപ്പെടുത്തലെന്നോണം രജനി വീണ്ടും പറഞ്ഞു. പിന്നെയും എന്തെങ്കിലും പറയാനോ കേൾക്കാനോ താൽപര്യം കാണിക്കാതെ അവൾ കിടപ്പുമുറിയിൽ കയറി കിടക്കവിരിക്കുന്നതിൽ ശ്രദ്ധിച്ചു.

“എടോ, നിനക്കറിയാത്തതുകൊണ്ടാ ഇക്കാലത്ത് ഇത്തരം കാര്യത്തിന് ഇറങ്ങിത്തിരിക്കുമ്പോൾ ഒരുപാട് കണ്ണുകൾ നമുക്ക് പിന്നാലെ വരും. ചിലപ്പോൾ നമ്മുടെ ജീവനുതന്നെ.....കുറച്ച് വർഷങ്ങൾക്കു മുമ്പായിരുന്നെങ്കിൽ ഞാനൊരു കൈ നോക്കിയേനെ”.

അവൾ തിരിഞ്ഞുകിടന്ന് ലൈറ്റ് ഓഫ് ചെയ്തു. അരവിന്ദൻ ഉറക്കം വരാതെ തിരിഞ്ഞും മറിഞ്ഞും കിടന്നു.

“ഞാനക്കാര്യം വളരെ ഗൗരവത്തിൽ എടുക്കേണ്ടതുണ്ടോ? അവളുടെ ഇടപെടൽ എന്നെ പേടിപ്പിക്കുന്നില്ലേ? എന്തെങ്കിലും ദുരൂഹത അവളതിൽ കണ്ടിട്ടുണ്ടാവും. അല്ലെങ്കിൽ അവളിങ്ങനെ പ്രതികരിക്കേണ്ടതില്ലല്ലോ.... ഏതായാലും അടുത്ത അവസരത്തിൽ അവൾ പറഞ്ഞതുപോലെ ചെയ്യാം”.

അയാൾ പുതപ്പിനുള്ളിലേക്ക് വലിഞ്ഞു.

രാവിലെ ഓഫീസിലെത്തിയ അരവിന്ദൻ അറ്റന്റൻസ് രജിസ്റ്ററിൽ ഒപ്പിട്ട് വളരെ വേഗത്തിൽ സീറ്റിൽചെന്നിരുന്ന് ജാലകപ്പോളകൾ തുറന്നിട്ടു.

അരവിന്ദന്റെ കണ്ണുകൾ ആ പഴയ കെട്ടിടത്തിന്റെ പരിസരമാകെ പരതി. പിന്നെ ഫയലുകളിലേക്ക്. വീണ്ടും പുറത്തേക്ക്. ഒരു പകൽ ‘ജോലിചെയ്തു’ എന്ന് വരുത്തുകയായിരുന്നു.

വൈകീട്ട് വീട്ടിലേക്ക് പോകുമ്പോൾ അരവിന്ദൻ ആ മനുഷ്യനെ തിരഞ്ഞുകൊണ്ടിരുന്നു എന്നത് സത്യമാണ്. പക്ഷേ, വളരെ ദൂരത്ത് നിന്ന് മാത്രം കണ്ട, ആ താടിയും മുടിയും നീട്ടി, ഇളംനീല ജീൻസും, കരിനീല ഷർട്ടും ഇട്ട ആ മനുഷ്യന്റെ മുഖം എങ്ങിനെയായിരുന്നുവെന്ന് അരവിന്ദനറിയില്ല. എന്നിട്ടും അയാളുടെ കണ്ണുകൾ ആരെയോ തിരഞ്ഞു.

ഇന്ന് വളരെ ക്ഷീണിതനായാണ് അരവിന്ദൻ വീട്ടിലെത്തിയത്. പതിവിലും അല്പം വൈകുകയും ചെയ്തിരുന്നു. എന്തോ കാര്യം സാധിക്കാത്ത വിഷമം മുഖത്തുണ്ട്. നേരെ ബെഡ്റൂമിൽ കയറി വേഷംമാറി കിടക്കയിലേക്ക് വീണു.

“ഇന്നയാളെ കണ്ടോ?” രജനി അന്വേഷിച്ചു.

“ഇല്ല” അരവിന്ദൻ നിരാശനായി പറഞ്ഞു.

രജനി പതിവുപോലെ ചോദ്യങ്ങളൊന്നും ചോദിക്കാതെ നേരെ ഡ്രോയിംഗ് ഹാളിലേക്ക് വന്ന് റിമോട്ടെടുത്ത് ടി.വി.ഓൺ ചെയ്ത് വാർത്തകൾ കേട്ടുകൊണ്ടിരുന്നു.

ഇന്ന് തീൻമേശയ്ക്ക് ചുറ്റും അയാളെക്കുറിച്ചുള്ള ചർച്ച ഇല്ലായിരുന്നു. കിടപ്പ് മുറിയിലെ വെളിച്ചം നേരത്തെ അണഞ്ഞു.

ഉറങ്ങാൻ കിടന്ന അരവിന്ദന് എന്തൊക്കെയോ അനിഷ്ടസംഭവങ്ങൾ നടക്കാൻ പോകുന്നപോലെ തോന്നി. അർദ്ധരാത്രിക്കുശേഷമേ ഇന്നും

അരവിന്ദൻ ഉറങ്ങിക്കാണാൻ വഴിയുള്ളൂ. അതുവരെ തുറന്ന മിഴികളുമായി ആ പഴയ കെട്ടിടത്തിന്റെ പരിസരത്ത് ആ മനുഷ്യനെ തിരഞ്ഞിട്ടുണ്ടാവും.

ഒരിക്കൽ ബാങ്കിന്റെ കോണിപ്പടി ഇറങ്ങുന്ന എന്നെ നോക്കിക്കൊണ്ട് മുകളിലേക്ക് കയറിപ്പോയ ആ ചെറുപ്പക്കാരൻ ആരായിരുന്നു?

തിരക്കേറിയ മാർക്കറ്റിലിന്നലെ എന്നെ കണ്ടപ്പോൾ വളരെ തിടുക്കത്തിൽ ഓട്ടോ പിടിച്ചു പോയ ആ അപരിചിതൻ ആരായിരുന്നു?

"അയാളെന്തിനാ എന്നെ കാണുമ്പോളിങ്ങനെ? ഞാനാരാ?"

മറ്റൊരു ചിന്തയിൽ വീഴുന്നതിന് മുമ്പ് അരവിന്ദൻ ഉറങ്ങി. രജനി തട്ടിയുണർത്തിയപ്പോഴാണ് അയാൾ നേരം വെളുത്തതറിഞ്ഞത്. അവളുടെ കയ്യിലെ കട്ടൻചായ വാങ്ങി വരാന്തയിലിറങ്ങി തറയിൽ കിടന്ന പത്രമെടുത്ത് നിവർത്തി. പ്രധാനവാർത്ത ചുവന്ന മഷിയിൽ അച്ചടിച്ചുവന്ന, നഗരത്തിലെ ബോംബുസ്ഫോടനമായിരുന്നു. വാർത്തയ്ക്കൊപ്പം വന്ന ആ ഫോട്ടോ അരവിന്ദന്റെ തലച്ചോറിനെ മാന്തിപ്പൊളിച്ചു.

ജാലകക്കാഴ്ചകൾ....!

മാർക്കറ്റിലെ ചെറുപ്പക്കാരൻ....!

കോണിപ്പടവുകളിലെ അപരിചിതൻ.....!

അരവിന്ദന്റെ കണ്ണുകളിൽ ഇരുട്ട് കയറി. കയ്യിലെ ചായഗ്ലാസ് തറയിൽ വീണുടഞ്ഞു. ഫോട്ടോയിൽ തുറിച്ചുനോക്കിക്കൊണ്ട് ഒരു ഭ്രാന്തനെപ്പോലെ അയാൾ അലറി.... "രജനീ....!"

തിറയാട്ടങ്ങൾ

ദൈവം തിറയാടി ആട്ടത്തറയിലിരുന്നു.
തോറ്റം ചൊല്ലിയശേഷം,
ഭക്തജനങ്ങളെ അനുഗ്രഹിച്ചു.
പിന്നെ ഭക്തജനങ്ങളുടെ സങ്കടങ്ങളായിരുന്നു.
ഉണ്ണാൻ ഒരുപിടി അന്നത്തിനായും
ഉറങ്ങാൻ ഒരിടത്തിനായും
ഒരാൾ അപേക്ഷിച്ചു.
മകളുടെ നാണോം മാനോം
നശിപ്പിച്ചവരോടുള്ള
ക്രോധമായിരുന്നു അടുത്തത്.
ഒടുവിൽ,
കൊലചെയ്യപ്പെട്ട മകനെയോർത്ത്
നിലവിളിക്കുന്ന ഒരച്ഛൻ...
അപ്പോൾ,
ദൈവത്തിന്റെ കണ്ണുകളിൽ തീപ്പന്തം!
മേളത്തിന് മേലെ അട്ടഹാസം...!
പിന്നെ, നാലാമതൊരു സങ്കടം കേൾക്കാൻ
കാത്തുനിൽക്കാതെ, ദൈവം ആട്ടത്തറയിൽനിന്ന്
എഴുന്നേറ്റ് ഒരൊറ്റ ഓട്ടം...!
ഇരുട്ടിലേക്ക്...!

ആരോരുമറിയാതെ

രവിയും നളിനിയും കാത്തിരിക്കുന്ന മറ്റൊരു രാവാണിന്ന്. ഇതുപോലൊരു ഉത്സവരാത്രിയിലായിരുന്നു രവിയുടേയും നളിനിയുടേയും ജീവിതത്തിന്റെ കണക്കുകൂട്ടലുകൾ പിഴച്ചുപോയത്.

കരിങ്കപ്പാടക്കരയിലെ നാഗകാളീക്ഷേത്രത്തിലെ ഉത്സവരാത്രിയായിരുന്നു അത്.

കുത്തുവിളക്കുകളുടേയും പന്തങ്ങളുടേയും ചുവന്ന വെളിച്ചത്തിൽ ചെണ്ടയുടെ ആരോഹണാവരോഹണവഴികളിൽ രാമൻ മുന്നൂറ്റൻ നാഗകാളിയുടെ തിറ ആടിക്കൊണ്ടിരിക്കുകയായിരുന്നു.

ഭക്തജനങ്ങൾ ശ്വാസമടക്കി തൊഴുതും, പ്രണയിക്കുന്നവർ കണ്ണുകൾ കൊണ്ട് കഥപറഞ്ഞും, മദ്യം തലയ്ക്ക് പിടിച്ചവർ ചെണ്ടയുടെ താളപ്പെരുക്കത്തിൽ ലയിച്ചും നിൽക്കുകയായിരുന്നു..

കുഞ്ഞുങ്ങൾ അമ്മമാരുടെ മാറിൽ പറ്റിക്കിടന്നുകൊണ്ട് പേടിയോടെ ഒളികണ്ണിട്ട് ഇടയ്ക്കിടെ നാഗകാളിയെ നോക്കിക്കൊണ്ടിരുന്നു.

ചെണ്ടയുടെ താളം മുറുകി മുറുകി കയറി - നാഗകാളി ആർത്തട്ടഹസിച്ചു.

കരിങ്കപ്പാടക്കരയിലെ നളിനിയുടെ ബെഡ്റൂമിൽ രവിയും നളിനിയും ഇണപ്പാമ്പുകളായി.

നാഗകാളി ഉറഞ്ഞു തുള്ളി.

പിന്നെ തളർന്ന് തറയിലിരുന്നു.

ചെണ്ട കലാശം കൊട്ടി.

തോറ്റത്തിനുശേഷം നാഗകാളി അണിയറയിലേക്ക് പോയി വേഷം അഴിച്ചുമാറ്റി.

ഭോഗാലസ്യത്തിൽ നിന്നുണർന്ന രവിയും നളിനിയും അഴിച്ചുവെച്ച വസ്ത്രമെല്ലാം എടുത്തണിഞ്ഞു.

ചന്ദ്രൻ ചെമ്പകപ്പൂക്കളിൽ നിലാവ് പെയ്തുകൊണ്ടിരുന്നു. കൈതപ്പൂമണവുമായി കരിങ്കപ്പാടത്തുനിന്നും കാറ്റ് വന്നു.

മുഖം കഴുകിതുടച്ചുകൊണ്ട് നളിനി പറഞ്ഞു: -

“ഇന്നെനിക്ക് അമ്പലത്തിൽ പോവാൻ പറ്റാത്ത ദിവസാന്ന് ഏട്ടത്തിയോട് ഞാൻ കള്ളം പറഞ്ഞതാ. ഇങ്ങനെയൊരു ചാൻസ് ഇനിയെപ്പഴാ....?”

രവി ആശ്ചര്യപ്പെട്ടു.

“നിങ്ങൾ ഒറ്റക്കായതിനാൽ എന്നോട് ഇവിടെ വന്നുനിൽക്കണമെന്ന് അമ്മ പറഞ്ഞപ്പോൾ പറ്റില്ലാന്ന് ഞാനാദ്യമൊന്നഭിനയിച്ചിരുന്നു..?”

രവി പറഞ്ഞു: -

“എനിക്ക് കാവൽ നിൽക്കുമ്പോഴൊക്കെ നിന്റെ അഭിനയം ഞാൻ കണ്ടതല്ലേ....?”

അഴിഞ്ഞുലഞ്ഞ മുടി കെട്ടിക്കൊണ്ട് നളിനി വീണ്ടും പറഞ്ഞു -

രവി നാണംകൊണ്ട് തലതാഴ്ത്തി.

നിലാവ് മാഞ്ഞ് തുടങ്ങിയിരുന്നു.

തിറകഴിഞ്ഞ് തിരിച്ചുപോകുന്നവരുടെ ഓലച്ചൂട്ടുകൾ തൊടികളിൽ നൃത്തം വെച്ചുകൊണ്ടിരുന്നു.

നളിനിയും രവിയും അവരവരുടെ മുറികളിൽ കയറി വാതിലടച്ചു.

പിന്നെയും കരിങ്കപ്പാടക്കരയിൽ അവർ കൊതിച്ച ഒരുപാട് പുലരികൾ വിരിഞ്ഞുകൊഴിഞ്ഞു.

മനോഹരമായ ഒരുപാട് വർണ്ണസന്ധ്യകൾ അസമയങ്ങളിൽ അസ്തമിച്ചു പോയതുപോലെ അവർക്ക് തോന്നിയിരുന്നു.

കരിങ്കപ്പാടത്ത് കൊയ്ത്തുപാട്ടില്ലാതെ കൊയ്ത്തുനടന്നു. പാടക്കരയിലെ വീട്ടുമുറ്റങ്ങളിൽ മെതികഴിഞ്ഞ പുല്ലിന്റെ മണം പരന്നു.

ഋതുമതിയായെന്ന് ഏട്ടത്തിയോട് കള്ളം പറഞ്ഞ നളിനി ആ രാത്രിയ്ക്ക് ശേഷം ഋതുമതിയായില്ല!

ഇടവപ്പാതി കാലം തെറ്റാതെ പെയ്തു തിമർത്തുകൊണ്ടിരുന്നു. പുഴകളും തോടുകളും കുളങ്ങളും നിറഞ്ഞ് കവിഞ്ഞ് ഒന്നായി. ഒരു ചെറുപ്പക്കാരന്റെ പക്വത എത്താത്ത രവിക്ക് ഈ സംഭവത്തിന്റെ അനന്തരഫലങ്ങളെക്കുറിച്ച് ആദ്യം ആശങ്കകളൊന്നും ഉണ്ടായിരുന്നില്ല. പൂർണ്ണ മനസ്സോടെ ഇരുവരും ചെയ്ത ഒരു സംഭോഗത്തിന്റെ ഹാങ് ഓവറിലായിരുന്നു രവി. മഴയത്ത് നനഞ്ഞും മഞ്ഞത്ത് കുളിർത്തും വെയിലത്ത് പുഞ്ചിരിച്ചും ദിവസങ്ങളോരോന്നും കരിങ്കപ്പാടക്കരയിലൂടെ കടന്നുപോയി.

ഗർഭം മുറ്റിയ വയർ നളിനിയിൽ വേവലാതി പടർത്തി. ആളുകൾ അറിയാതിരിക്കാൻ അവൾ ഏറെ ബുദ്ധിമുട്ടുന്നുണ്ടായിരുന്നു.

ഇങ്ങനെയാവുമെന്ന് അവൾ ഒരിക്കലും പ്രതീക്ഷിച്ചില്ലായിരുന്നു.

ഇനി എന്തൊക്കെയാണ് നടക്കാൻ പോകുന്നത്? ഇതിന്റെ അവസാനം എങ്ങിനെയായിരിക്കും?

നളിനിയുടെ ചിന്ത പുകഞ്ഞ് കത്താൻ തുടങ്ങി. അപ്പോഴേക്കും ഉത്തരം കിട്ടാത്ത ഒരുനൂറ് ചോദ്യങ്ങൾ തേനീച്ചകളെപ്പോലെ രവിയുടെ തലയ്ക്ക് ചുറ്റും പറന്ന് തുടങ്ങിയിരുന്നു.

രവി രവിയെ അറിയാൻ തുടങ്ങിയിരിക്കുന്നു.

“രക്തബന്ധമുള്ള ബന്ധുവിന്റെ ഭാര്യയുമായുള്ള ഈ ബന്ധം...!”

“ഛെ” തുടർന്ന് അങ്ങോട്ട് ആലോചിക്കാൻ രവിക്ക് പറ്റിയിരുന്നില്ല.

രവി നളിനിയെ വിളിച്ചു.

നളിനി വാതിൽ തുറന്നു.

“നീയും ഉറങ്ങിയില്ല, അല്ലേ.....?”

“ഇല്ല. ഉറങ്ങാൻ പറ്റുന്നില്ല - രവിപറഞ്ഞു”.

“ഇനീപ്പോ നമ്മളെന്താ ചെയ്യാ..?”

“നേരം വെളുക്കട്ടെ. നീ ഇപ്പൊ പോയി കിടക്ക്”.

കൂടുതലൊന്നും ചോദിക്കാതെയും പറയാതെയും രവി പുറത്തിറങ്ങി.

കനത്ത കാറ്റും മഴയും രാത്രിയെ ഭീകരമാക്കിക്കൊണ്ടിരുന്നു.

ഒരു പുലർച്ചയിലാണ് നളിനിയുടെ ഭർത്താവിന്റെ ഫോൺ കോൾ വന്നത് - അടുത്തമാസം നാട്ടിലെത്തുമെന്ന്.

മധുവിധു ആസ്വദിക്കാതെ മറുനാട്ടിലേക്ക് പറക്കേണ്ടിവന്ന നരേന്ദ്രൻ ഒരായിരം ചിറകുള്ള സ്വപ്നങ്ങളുമായി നാട്ടിലേക്ക് പറക്കാൻ ഒരുങ്ങുന്നു!

നളിനി തളർന്ന് തകരുകയായിരുന്നു.

പിന്നെ,

തണുത്ത പ്രഭാതങ്ങളും, നരച്ച പകലുകളും നനഞ്ഞ സന്ധ്യകളും കടന്നെത്തിയത് ഇന്നത്തെ ഈ രാത്രിയിലേക്കാണ്.

ഇന്ന് നാഗകാളീക്ഷേത്രത്തിൽ പുത്തരി വെള്ളാട്ടമാണ്. വെള്ളാട്ടത്തിന്റെ ചെണ്ടമേളം കരിങ്കപ്പാടക്കരയിലാകെ മുഴങ്ങുകയാണ്.

നളിനി വേദനകൊണ്ട് പുളഞ്ഞു. കരച്ചിൽ നിയന്ത്രണം വിട്ടു. അത് കേൾക്കാൻ കരിങ്കപ്പാടക്കരയിലന്നേരം ആരുമില്ലായിരുന്നു.

ചെണ്ടമേളം മുറുകി ഉയർന്നു.

ഒപ്പമുണ്ടായ ഒരു വലിയ കരച്ചിലിനിടയിൽ പിറവി നടന്നു - അല്ലെങ്കിൽ നടത്തി.

പിന്നെ വെള്ളാട്ടത്തിന്റെ കലാശക്കൊട്ടായിരുന്നു.

അതിനെതുടർന്ന് നളിനിയുടെ ദീർഘനിശ്വാസവും.

ആ പുതുജീവനെ നോക്കുന്നതിനിടയിൽ അവരുടെ കണ്ണുകൾ തമ്മിലുരസി.

ആദ്യ സംയോഗത്തിന്റെ രംഗങ്ങൾ ഓർത്തെടുക്കുകയായിരുന്നോ അവർ?

അല്പനേരത്തിനുശേഷം ഓർമ്മകളുടെ കയങ്ങളിൽനിന്നും വർത്തമാനത്തിന്റെ തെളിമയിലേക്കവരെത്തി.

പിന്നെ വൈകിയില്ല.

പിറവിക്കുശേഷമുള്ള ആദ്യ നിലവിളിപോലും ഭൂമിയെ അറിയിക്കാതെ അവർ അത് ചെയ്തു!

അമ്പലമുറ്റത്ത് നെയ്‌വിളക്കിനുമുന്നിൽ പരദേവത ആടിത്തിമിർക്കുകയായിരുന്നു.

പുത്തരിവെള്ളാട്ടത്തിന്റെ കലാശമെന്നോണമുള്ള കതിനാവെടികൾ മുഴങ്ങി.

ചന്ദ്രൻ കാർമേഘങ്ങൾക്കിടയിലേക്ക് മറഞ്ഞു.

തോർത്തുമുണ്ടിൽ പൊതിഞ്ഞ ജഡവും ഒരു കൈക്കോട്ടുമായി നിലാവിന്റെ അരണ്ട വെളിച്ചത്തിൽ രവി മേലേപ്പറമ്പിലേക്ക് കയറിപ്പോകുന്നത് നളിനി, ജാലകത്തിരശ്ശീലക്കിടയിലൂടെ തേങ്ങിക്കൊണ്ട് നോക്കി നിന്നു.

കാലം വരച്ച കളങ്ങളിൽ ജീവിതം പൂത്തും തളിർത്തും കരിഞ്ഞും കടന്നേപോയി.

രവി ഗൾഫിലേക്കും നാട്ടിലേക്കും ആകാശങ്ങളിലൂടെ പലവട്ടം പറന്നു. അപ്പോഴെല്ലാം, ആരോരുമറിയാതെ മേലേപ്പറമ്പിലേക്ക് നോക്കി നളിനി കണ്ണീർ പൊഴിച്ചു.

സഞ്ചാരങ്ങൾ

ഏറെ നേരമായിട്ട് എന്റെ ശ്രദ്ധ
ഫോണിൽ തന്നെയായിരുന്നു...
ആ മിസ്കോൾ വന്നില്ല!
മനുഷ്യക്കുരുതികളുടെ ഈ നാട്ടിൽ
ഒരപരിചിതനായേറെ നിൽക്കാൻ വയ്യ.
സഹനശക്തിയുടെ അവസാനമാണ്
അമർഷത്തിന്റെ ആരംഭം.
ഞാൻ ഒരു മിസ്കോളടിച്ചു.
മറുപടി വന്നില്ല!
എനിക്ക് ഭയമായി!
ആ മിസ്കോൾ അയാൾ തിരിച്ചറിഞ്ഞോ?
എങ്കിൽ അയാളുടെ ഒരു വിളി?
അതും വന്നില്ല...!
അവളുടേതും...!
പിന്നെ എന്റെ ചിന്തകൾ
സഞ്ചിരിച്ചിട്ടില്ലാത്ത ഇടങ്ങളിലേക്ക്
പരതിത്തുടങ്ങി.

അപ്പുണ്ണി

ആൾക്കൂട്ടത്തിനിടയിൽനിന്നുകൊണ്ട് ഗുളികന്റെ തിറയാട്ടം കണ്ടിരിക്കെ, അമ്പലമുറ്റത്ത് പഴയകാല സുഹൃത്തായ അപ്പുണ്ണിയെ കണ്ടപ്പോൾ പത്ത് മുപ്പത്തഞ്ച് വർഷം മുമ്പത്തെ ചില കാര്യങ്ങൾ ഓർത്തുപോയി.

ഇന്നത്തെപ്പോലെ ഈ നാട്ടിൻപുറം പുരോഗതി കൈവരിച്ചിട്ടില്ലാത്ത കാലം. കടവിലെത്താൻ പഴയ ചെമ്മൺപാതയുള്ള കാലം. അമ്പലപ്പറമ്പ് നിറയെ കശുമാവിൻ തോപ്പായിരുന്നു. അമ്പലത്തിന് തൊട്ടുപിറകിൽ കാട്ടുമരങ്ങളും വള്ളികളും പനകളും നിറഞ്ഞ കോട്ട. അതിൽ നിറയെ പാമ്പുകളും കാട്ടുപക്ഷികളും കാട്ടുപൂച്ചകളും കുറുനരികളും. അമ്പലത്തിന് തെക്കും വടക്കുമായി വലിയ രണ്ട് ചെമ്പകമരങ്ങൾ. പ്രധാന ക്ഷേത്രത്തിന്റെ തെക്കുഭാഗത്തായി ഗുളികന്റെയും കുട്ടിച്ചാത്തന്റെയും ഓലമേഞ്ഞ രണ്ട് മണ്ഡപങ്ങൾ. അതിനും തെക്കായി അമ്പലക്കാടിനേക്കാൾ ഉയരത്തിൽ നിൽക്കുന്ന വലിയ ശാഖകളുള്ള ഇലഞ്ഞിമരം. ഈ ഇലഞ്ഞിയും കിഴക്ക് ദിക്കിലെ കാഞ്ഞിരമരവും നരന്തവള്ളികളും പനകളും പരദേവതയുടെയും പോതിയുടെയും ഗുളികന്റെയും കുട്ടിച്ചാത്തന്റെയും വിഹാരകേന്ദ്രങ്ങളാണ് പോലും! വെള്ളിയാഴ്ചകളിലെ ഉച്ചനേരങ്ങളാണ് ആ ദൈവങ്ങളുടെ സംഗമ മുഹൂർത്തങ്ങൾ!

അതുകൊണ്ട്തന്നെ ഈ ദൈവങ്ങളുടെ ഉച്ചവരവിൽ അകപ്പെടാതിരിക്കാൻ ഭയഭക്തിയുള്ളവർ ഏറെ ശ്രദ്ധിച്ചിരുന്നു.

പിന്നെയുള്ളത് ഒരു പൊട്ടക്കിണറാണ്. കാണാൻ തുടങ്ങിയ അറുപത് വർഷം മുമ്പേ ആ പൊട്ടക്കിണർ പൊട്ടക്കിണർ തന്നെയായിരുന്നു.

തിറയാട്ടത്തിനിടയ്ക്ക് പേരില്ലാത്തോൻ എന്ന് വിളിപ്പേരുള്ള പരദേവത ഈ കിണറ്റിൽ ചാടാൻ ഓടിയടുക്കാറുണ്ട്. അപ്പോഴൊക്കെ ഭക്തജനങ്ങൾ പിന്തിരിപ്പിക്കുന്നത് പതിവാണ്. പേരില്ലാത്തോന്റെ കിണറിലേക്കുള്ള ഓട്ടം ഭക്തജനങ്ങളിൽ ഭക്ത്യാദരവുകൾ വർദ്ധിപ്പിച്ചിട്ടുണ്ട്.

ഇന്ന് ആ പൊട്ടക്കിണർ ഇല്ലെങ്കിലും കഴിഞ്ഞകാല കഥകളിലും കാര്യങ്ങളിലും അത് നല്ലൊരിടം നേടിയിരുന്നു.

ആ പണ്ടത്തെ എല്ലാ മണ്ഡലകാലങ്ങളിലും നാൽപ്പത്തൊന്ന് ദിവസം പ്രദേശത്തെ പ്രായപൂർത്തിയാവാത്ത ആൺകുട്ടികളും പെൺകുട്ടികളും

സന്ധ്യകളിൽ ഈ അമ്പലമുറ്റത്ത് ഭജനമിരുന്നത് ഓർമ്മയിലുണ്ട്. ഭജനയ്ക്കൊടുവിൽ പ്രസാദമായി അവലും മലരും പഴം നുറുക്കും നാൽപ്പത്തൊന്നാം ദിവസം പായസവും!

പിന്നെ നാട്ടുകാര്യസ്ഥന്മാരായ മൂപ്പൻ കേളപ്പന്റേയും പരമേശ്വരനാചാരിയുടേയും മേൽനോട്ടത്തിൽ മുതിർന്നവർക്കും കുട്ടികൾക്കുമായി തച്ചോളിക്കളി, കോൽക്കളി എന്നിവയുടെ പഠനം. തിറയാട്ടത്തിന്റെ നാളുകളിൽ നിലവിളക്കിന്റെ വെളിച്ചത്തിൽ അച്ഛനും മുത്തച്ഛനും അവരുടെ കൂട്ടുകാരുമൊക്കെ കളിച്ചിരുന്നത് നല്ല ഓർമ്മകൾ... ചിലമ്പിന്റേയും ഇലത്താളത്തിന്റേയും ശബ്ദം ഇപ്പോഴും കാതുകളിൽ മുഴങ്ങുമ്പോലെ. ചില ചുവടുകൾ എന്റെ കാലും ചില പാട്ടുകൾ എന്റെ നാവും മറന്നിട്ടില്ല.

അപ്പുണ്ണിയും അവന്റെ സുഹൃത്തുക്കളായ കണ്ണനും കോരനും കുഞ്ഞിരാമനും അമ്പലപ്പരിസരത്ത് ഉണ്ടാവുമെങ്കിലും ഇതിലൊന്നും പങ്കെടുക്കാറുണ്ടായിരുന്നില്ല. വിളിച്ചാലും നിർബന്ധിച്ചാലും ഇല്ല, വരാറില്ല. വെറും കുട്ടികളായ അവരെ ആരോ പിന്നിൽ നിന്ന് പിന്തിരിപ്പിക്കും പോലെ. അവരുടെ മുഖങ്ങളിൽ പുച്ഛവും ദൈവനിഷേധവും ഉണ്ടെന്ന് അപ്പോൾ തോന്നിയത് പിന്നീടുണ്ടായ പല അനുഭവങ്ങളിൽ നിന്നും തെറ്റായിരുന്നില്ല എന്ന് ഉറപ്പിക്കാൻ കഴിഞ്ഞിട്ടുണ്ട്.

അങ്ങിനെ മണ്ഡലകാലങ്ങൾ പലതും കടന്നുപോയി. ചെമ്പകവും ഇലഞ്ഞിയും പലവട്ടം പൂവിട്ടു. അമ്പലമുറ്റത്ത് ഒരുപാട് തവണ ദൈവക്കോലങ്ങളാടി.

ആയുസ്സിൽ ഓർമ്മിക്കാൻ എത്രയെത്ര വർണ്ണാഭമായ ചിത്രങ്ങൾ...!

ഞാനീ പേരില്ലാത്തോന്റെ തിറയുത്സവം കണ്ടിട്ട് വർഷങ്ങളൊരുപാടായി. പ്രവാസിയായിപ്പോയില്ലേ. തിറയുടെ കാലത്തല്ല മിക്കപ്പോഴും നാട്ടിൽ വന്നുപോയത്. ഈ പ്രാവശ്യം ഒരുപാട് കാലംകൊണ്ടുനടന്ന ആഗ്രഹം സാധിച്ചു. ഭാര്യക്കും കുട്ടികൾക്കും ഇതേറെ സന്തോഷമായി.

ചെമ്പകപ്പൂക്കളിൽ നിലാവ് പെയ്തിറങ്ങുന്നുണ്ടായിരുന്നു. പന്തങ്ങളുടേയും കുത്തുവിളക്കുകളുടേയും ചുവന്ന പ്രകാശത്തിൽ, ഗുളികന്റെ കാൽച്ചിലമ്പുകളും ഉടയാടകളും മാർച്ചട്ടയും കുണ്ഡലങ്ങളും കിരീടവും കണ്ണുകളും ചുവന്ന് തിളങ്ങി.

ചെണ്ടയുടെ ആരോഹണാവരോഹണങ്ങളിൽ ഗുളികന്റെ ചുവടുകൾ ചടുലങ്ങളായി. അമ്പലമുറ്റത്തേയും പറമ്പിലേയും ആൾക്കൂട്ടം ഭയഭക്തിയിലാറാടി ഗുളികനിൽ ലയിച്ചു.

മണ്ഡലകാലമല്ലാത്ത ഒരു കാലം. മനോഹരമായ ഒരു വൈകുന്നേരം. അമ്പലമുറ്റത്തോടു ചേർന്ന തെക്കേപറമ്പിൽ നിന്ന് ചെറുപ്പക്കാർ പന്ത്

കളിക്കുന്നതിനിടയിൽ, അപ്പുണ്ണിയുടെ അടിയേറ്റ് പന്ത് ചെന്ന് പതിച്ചത് വാതിൽപോള നശിച്ചുപോയ മണ്ഡപത്തിനുള്ളിലെ ഗുളികന്റെ വിഗ്രഹത്തിലായിരുന്നു. ഗുളികന്റെ വലതുകൈ തകർന്ന് താഴെ വീണു!

കളിക്കാരും കാണികളും മണ്ഡപത്തിനുമുന്നിൽ ഓടിക്കൂടി. ഗുളികന്റെ വലതുകൈപ്പത്തിക്കു മുകളിൽ പന്ത് നിശ്ചലമായി!

കൂടിനിന്നവരുടെ ഹൃദയവും നിശ്ചലമായി!

എല്ലാ കണ്ണുകളിലും ഭയം! വിഭ്രാന്തി! ഇനിയെന്ത്!? അവർ ഇലഞ്ഞിയിൽ പോതിയേയും, പനയിൽ യക്ഷിയേയും കാഞ്ഞിരത്തിൽ കുട്ടിച്ചാത്തനേയും നോക്കി...!

അപ്പുണ്ണി ഇങ്ങനെയുമൊന്നുമാകാതെ മണ്ഡപത്തിൽ കയറി പന്തെടുത്തു! എന്നിട്ട് അവിടെ നിന്ന് അവരോടായി പറഞ്ഞു.

“ആരും പേടിക്കോന്നും വേണ്ട. അതൊരു കരിങ്കല്ലാ. മ്മളെ ഒന്നും ചെയ്യില്ല. കളിക്കാൻ വരുന്നോല് വാ...” – അപ്പുണ്ണി കളിക്കളത്തിലേക്ക് നടന്നു.

അപ്പുണ്ണിയുടെ വാക്കുകളിൽ പുച്ഛമോ പരിഹാസമോ ആർക്കെങ്കിലും തോന്നിയെങ്കിൽ തെറ്റുപറയാനാവില്ല.

ഇനിയെന്തൊക്കെയാണ് നടക്കാൻ പോവുക എന്നുള്ള ഭയാശങ്കകളോടെ കളിക്കാരും കാണികളും അമ്പലപ്പറമ്പിൽ നിന്നകന്നു.

അപ്പുണ്ണി സ്വയം പന്തുതട്ടി. ഇരുട്ടുവീഴുംവരെ.

സന്ധ്യയ്ക്കുതന്നെ മൂപ്പൻ കേളപ്പന്റേയും അമ്പലത്തിലെ വിശ്വകർമ്മാവുകൂടിയായ പരമേശ്വരനാചാരിയുടേയും നേതൃത്വത്തിൽ ഭക്തജനങ്ങളെ ക്ഷണിച്ചുവരുത്തി വിഷയം അവതരിപ്പിച്ചു.

നാളെ മുതൽ അമ്പലപ്പറമ്പിലെ പന്ത്കളി നിർത്താനും വേഗത്തിൽ തന്നെ പുതിയ വിഗ്രഹം സ്ഥാപിക്കാനും ചർച്ചയ്ക്കുശേഷം തീരുമാനമെടുത്തു.

അന്നു രാത്രി സുഖമായുറങ്ങിയത് അപ്പുണ്ണിയും കൂട്ടരും മാത്രമായിരിക്കും.

തിറയാട്ടം തുടരുകയാണ്.

അമ്പലവാതിലിനിരുപുറവുമായി നിൽക്കുന്ന കഴകക്കാർക്കും പരികർമ്മികൾക്കുമിടയിലായി അപ്പുണ്ണി ഇപ്പോഴും തിറയാട്ടത്തിൽ ലയിച്ചുതന്നെയിരിക്കുകയാണ്.

മേലേപറമ്പിൽപ്രദേശത്തുകാർ ബഹുഭൂരിപക്ഷവും അപ്പുണ്ണികൾ തന്നെയായിരുന്നു. ബാക്കിയുള്ള ചുരുക്കം ഭക്തർ വിഗ്രഹത്തിന്റെ

കൈ തകർന്നശേഷം ഏത് തരത്തിലാ ദൈവകോപം ഉണ്ടാവുക എന്ന ഭയപ്പാടിലായിരുന്നു. പെട്ടെന്ന് വിഗ്രഹം മാറ്റിപണിഞ്ഞെങ്കിൽ കോപത്തിന് ശക്തികുറയും എന്ന പക്ഷക്കാരുമുണ്ടായിരുന്നു. എന്നാൽ അത് അസാധ്യമായ കാര്യമായിരുന്നു. കാരണം, ദരിദ്രരാണെന്നതിനപ്പുറം നല്ല പക്ഷം നാട്ടുകാർക്കും ഈ ദൈവകാര്യത്തിൽ വലിയ താത്പര്യമില്ല എന്നതുതന്നെ.

പിന്നെ ചെയ്യേണ്ടത് കഴകക്കാരും അവകാശികളുമാണ്. അവർ ആരൊക്കെയോ ഏതൊക്കെയോ നാട്ടിൽ. അമ്പലക്കമ്മിറ്റിയില്ല. നാട്ടുമൂപ്പന്റേയും വിശ്വകർമ്മാവിന്റേയും താത്പര്യത്തിൽ അഞ്ചോ ആറോ ഭക്തജനങ്ങളുടെ മിനക്കേടിലാണ് കാര്യങ്ങൾ നടന്നുപോകുന്നത്.

ഭയവും ആശങ്കകളും കൂടിക്കലർന്ന ചിന്തകളാൽ രാപ്പകലുകൾ പലതും കടന്നുപോകവേയാണ് അവിശ്വസനീയമായ രണ്ടാമത്തെ ആ സംഭവം നടന്നത്.

ഗുളികന്റെ വിഗ്രഹം കാണാനില്ല!

സന്ധ്യയ്ക്ക് വിളക്ക് തെളിയിക്കാൻ പോയ ചാത്തേട്ടനാണ് ആദ്യം വിവരം അറിഞ്ഞത്. ഈ വാർത്തയറിഞ്ഞ് നാട് അത്ഭുതപ്പെട്ടു. ഭക്തജനങ്ങളിൽ ആധികൂടി. പോലീസും നാട്ടുകാരും നടത്തിയ അന്വേഷണത്തിന്റെ ഫലമായി അടുത്ത ദിവസം തന്നെ അമ്പലത്തിലെ പൊട്ടക്കിണറ്റിൽ നിന്ന് വിഗ്രഹം കണ്ടെടുത്തു.

പിറ്റേദിവസം, അഹിന്ദുവായ ആ ദൈവനിഷേധി 'കള്ള് കുടിച്ച് ബോധംല്ലാണ്ട് പറ്റിപ്പോയതാണെന്നും മാപ്പ് തരണമെന്നും, പകരം എന്താ ചെയ്യേണ്ടതെന്ന്ച്ചാൽ ചെയ്യാമെന്നും' പറഞ്ഞത് പോലീസും അമ്പലക്കൂട്ടായ്മയും അംഗീകരിച്ച് പ്രശ്നം അവസാനിപ്പിക്കുകയായിരുന്നു. ആ ദൈവനിഷേധിക്കൊപ്പം അപ്പുണ്ണിയും കൂട്ടരുമുണ്ടായിരുന്നു.

ഒരു രാഷ്ട്രീയ പ്രശ്നമായോ ഒരു വർഗ്ഗീയപ്രശ്നമായോ അത് മാറിയില്ല!

എനിക്കപ്പോൾ പ്രവാസകാലമായിരുന്നു.

മേളപ്പെരുക്കം കേട്ടാലറിയാം തിറയാട്ടം അവസാനിക്കാറായെന്ന്. ദ്രുതതാളത്തിനൊത്തുള്ള ഗുളികന്റെ ചടുലമായ ചുവട് വയ്പ്പുകളും ആട്ടവും ഭാവവും ഭക്തരെ ഭക്തിയിലാറാടിച്ചു.

ഉച്ചസ്ഥായിയിലെത്തി മേളം നിന്നു.

ഗുളികന്റെ ആട്ടവും.

ഗുളികൻ തറയിൽ ഇരുന്നു. പരികർമ്മികൾ വെള്ളത്തോർത്തുകൊണ്ട് വീശി ഗുളികന്റെ വിയർപ്പാറ്റി. ഇളനീർകൊടുത്തു. പിന്നെ ഗുളികന്റെ തോറ്റമായിരുന്നു.

അല്പമത് കേട്ടശേഷം ഞാൻ അപ്പുണ്ണിയെകണ്ട് സംസാരിക്കാനായി അമ്പലമുറ്റത്തേക്കിറങ്ങി. ആ പഴയ പരിചയം ഒന്നു പുതുക്കാലോ. ഞാനിപ്പോൾ നാട്ടിലുള്ളത് അവനറിയില്ലല്ലോ. ആൾക്കൂട്ടത്തിനിടയിൽ ഞാൻ അപ്പുണ്ണിയെ തിരഞ്ഞു. എനിക്ക് എന്നെത്തന്നെ വിശ്വസിപ്പിക്കാൻ പറ്റാത്ത ഒരു കാഴ്ച കാണുകയാണിപ്പോൾ ഞാൻ.

വെളുത്ത മുണ്ടിന് മീതെ ചുവപ്പുടുത്ത്, പൂണൂൽ അണിയുംപോലെ തോർത്തണിഞ്ഞ്, കുങ്കുമക്കുറിയും ചന്ദനക്കുറിയും തൊട്ട്, ചെവിയിൽ ചെമ്പരത്തിപ്പൂവിതൾ വച്ച്, ഇടംകയ്യിൽ പൂജാദ്രവ്യങ്ങളും വലംകയ്യിൽ ഒരു ഓട്ടുകിണ്ടിയിൽ വെള്ളവുമായി അപ്പുണ്ണി ശ്രീകോവിലിലേക്ക് കയറുന്നു!!

എലിയും പൂച്ചയും

വർഗ്ഗശത്രുവിനെ നേരിടാൻ കേന്ദ്രക്കമ്മിറ്റിയിലെ മുതിർന്ന എലികൾ യോഗം ചേർന്ന് തീരുമാനിച്ചു. യോഗതീരുമാനം സ്പീഡ് പോസ്റ്റിലൂടെ കീഴ്ഘടകങ്ങളിലേക്ക് അയച്ചു. തീരുമാനം അറിഞ്ഞ ഉടൻ ഓരോ ഘടകത്തിലേയും പ്രസിഡണ്ടിന്റെ താമസസ്ഥലത്ത്വച്ച് കൂടിയാലോചന നടത്തി. എതിർപ്പിന്റെ ആദ്യപടിയായി പൂച്ച മുതലാളിമാരിൽ പ്രമുഖനായ മണിയന്റെ ചെമ്മീൻ ഫാക്ടറിക്ക് മുന്നിൽ കൂലി വർദ്ധനവിനായി അനിശ്ചിതകാല പണിമുടക്ക് നടത്താൻ പദ്ധതിയിട്ടു.

അടുത്ത ദിവസംതന്നെ മണിയൻ മുതലാളിക്ക് പണിമുടക്ക് നോട്ടീസ് കൊടുത്തു.

നേതാവ് ചിണ്ടനെലിയുടെ നേതൃത്വത്തിൽ സമരമാരംഭിച്ചു.

"ഇൻക്വിലാബ് സിന്ദാബാദ്

അനിശ്ചിതകാല പണിമുടക്ക് സിന്ദാബാദ്

മുതലാളി നീതി പാലിക്കുക

വിജയംവരെ സമരം ചെയ്യും"

എല്ലാ എലിത്തൊഴിലാളികളും പണിമുടക്കിൽ പങ്കെടുത്തു.

മണിയൻ മുതലാളി ഞെട്ടി!

പിറ്റേ ദിവസത്തെ സമരപ്പന്തലിൽ നേതാവ്

ചിണ്ടനെലിയെ കണ്ടില്ല.

ചിന്നനെലിയുടെ നേതൃത്വത്തിൽ സമരം തുടർന്നു!

സമരം വിജയിച്ചു...

മണിയൻ മുതലാളി വീണ്ടും ഞെട്ടി!!

പിറ്റേ ദിവസം ചിന്നനെലിയേയും കാണാതായി!

സമരം തുടരവേ ഒരോ ദിവസവും ഓരോ നേതാക്കളെ

കാണാതായി.

എലിത്തൊഴിലാളികൾ ആശങ്കയിലായി.

ആയിടയ്ക്ക് ഒരു ദിവസം മണിയൻ മുതലാളി സമരക്കാരെ

അനുരഞ്ജനത്തിന് വിളിച്ചു.
തൊഴിലാളികളുടെ പ്രതിനിധിയായി മൂന്നുപേർ
മുതലാളിയുടെ കാബിനിൽ ചർച്ചയ്ക്ക് ചെന്നു.
അവരെ ആശ്ചര്യപ്പെടുത്തിക്കൊണ്ടതാ,
കാണാതായ എലി നേതാക്കൾ മണിയൻ മുതലാളിക്കൊപ്പം
പൂച്ചകളായിരിക്കുന്നു !!!

വീണ്ടും ചിരിക്കുന്ന കണാരേട്ടൻ

പടിയിറങ്ങുമ്പോൾ അവൾ വിലക്കിയിരുന്നു -

"ഇന്ന് പോകണ്ട"

അവളുടെ മുഖത്ത് ഭയത്തിന്റെ നിഴൽ പരക്കുന്നത് ഞാൻ കണ്ടിരുന്നു എന്നിട്ടും ഞാനിറങ്ങി.

ഹർത്താൽ കഴിഞ്ഞിട്ടും വണ്ടിയൊന്നും കിട്ടിയില്ല. ഏറെ നേരത്തെ കാത്തിരിപ്പിനുശേഷം ആരെയോ കൊണ്ടുപോയി തിരിച്ചു പോകുന്ന ഒരു ആംബുലൻസ് ഡ്രൈവറുടെ കാരുണ്യത്താൽ ഞാൻ റെയിൽവെ സ്റ്റേഷനിലെത്തി.

എന്തൊക്കെയോ കാര്യങ്ങൾക്കായി എങ്ങോട്ടൊക്കെയോ പോകേണ്ടവരിൽ ചിലർ ഇപ്പോഴും വിശന്ന് തളർന്ന് പ്ലാറ്റ് ഫോമിലെ തൂണ് ചാരിയും തറയിൽ കിടന്നും ഉറങ്ങുകയാണ് - ഹർത്താൽ കഴിഞ്ഞത് അറിയാതെ.

വൈകി വന്ന വണ്ടിയിലെ ജനാലക്കരികിൽ എനിക്കൊരിടം കിട്ടി. ഇന്ന് കടന്നുപോയ പകലിലെ തീവെപ്പുകൾ, ബോംബേറുകൾ, കൊലപാതകങ്ങൾ എന്നിവയുടെ അനുഭവങ്ങൾ പങ്കുവെക്കലായിരുന്നു യാത്രക്കാരോരോരുത്തരും.

'ഈ കശാപ്പുകാർക്കാവില്ലല്ലോ എടുത്ത ജീവൻ തിരിച്ചുകൊടുക്കാൻ - എന്നിട്ടും എന്തിനാ മനുഷ്യരെ ഇങ്ങനെ...'

രക്ഷപ്പെട്ടതിലുള്ള ആശ്വാസമായിരുന്നു പലരിലും.

ഈ സമയം ഞാനോർത്തത് എന്റെ അനിതയുടെ അവസ്ഥയാണ്. ഞാൻ തിരിച്ചുചെല്ലുന്നതുവരെ അവൾ ഉരുകുകയായിരിക്കും.

പാവം! സ്നേഹിക്കാൻ മാത്രമറിയുന്നവൾ!

വണ്ടി ഏതോ സ്റ്റേഷനിൽ നിന്നു. ഇറങ്ങുന്നവർക്കും കയറുന്നവർക്കും തിടുക്കം തന്നെയായിരുന്നു.

വണ്ടി യാത്ര തുടർന്നു.

അകലെ മേഘക്കീറുകൾക്കിടയിൽനിന്ന് പുറത്ത് വരാൻ മടിക്കുന്ന ചന്ദ്രൻ.

അരികെ മടികൂടാതെ പാടുന്ന യാചകന്റെ ഗാനം :

"പാമ്പുകൾക്ക് മാളമുണ്ട്

പറവകൾക്കാകാശമുണ്ട്

മനുഷ്യപുത്രന് തലചായ്ക്കാൻ

മണ്ണിലിടമില്ലാ..... മണ്ണിലിടമില്ല"

മുമ്പിലേക്ക് നീണ്ട കയ്യിൽ ഞാൻ രണ്ട് നാണയത്തുട്ടുകൾ ഇട്ടുകൊടുത്തു. അവനും ഗാനവും കമ്പാർട്ടുമെന്റിൽ നിന്ന് കമ്പാർട്ടുമെന്റിലേക്ക് അകന്നു.

എന്റെ ചിന്തകളിൽ കുടിയൊഴിപ്പിക്കപ്പെടാൻ പോകുന്ന കണാരേട്ടന്റെയും കമലേടത്തിയുടെയും രൂപങ്ങൾ തെളിഞ്ഞു.

ജനാലയിലൂടെ തണുത്ത കാറ്റ് വീശി.

ഞാൻ നാട് മാറിത്താമസിച്ചിട്ടും കണാരേട്ടന് എന്ത് കാര്യത്തിനും എന്നെത്തന്നെ വേണം. കഴിഞ്ഞ ആഴ്ചയും ഞാൻ കണാരേട്ടനെ കണ്ടിരുന്നു, അമ്പലമുക്കിൽവച്ച്.

വലിയ വലിയ കാര്യങ്ങളൊന്നുമറിയാത്ത കണാരേട്ടൻ അന്ന് അയൽവാസിയും തന്റെ പാർട്ടിയുടെ പ്രാദേശിക നേതാവുമായ സിക്രട്ടറി ബാലനോട് പറയുന്നത് ഞാൻ കേട്ടതാ -

"ഇങ്ങളൊക്കെയാ ഇതിന്റെ പിന്നിലീന്നറിഞ്ഞപ്പൊ വീടും സ്ഥലോം പോന്നേനേക്കാളും സങ്കടം തോന്ന്യേടോ".

സിക്രട്ടറി ബാലന്റെ മുഖത്ത് ജാള്യത തെളിഞ്ഞുമറഞ്ഞു.

"കണാരേട്ടനെന്തൊക്കെയാ പറേന്നത്? ഞാൻ അങ്ങനെ ചെയ്യോ...? നിങ്ങള് വിഷമിക്കാതിരി. നമുക്കെല്ലാറ്റിനും വഴിയുണ്ടാക്കാം".

അതും പറഞ്ഞ് അയാൾ ഒറ്റ പോക്കാ.

വാട്ടർതീം പാർക്ക് സ്വപ്നം കാണുന്ന നൂറുദ്ദീൻ മുതലാളിയുടെ അടുത്തേക്കാവാം....

അല്ലെങ്കിൽ നക്ഷത്ര ഹോട്ടലുകളും റിസോട്ടുകളും സ്വപ്നം കാണുന്ന ജോസ് പെരേരയുടെ ബംഗ്ലാവിലേക്കോ ആവാം.

പിന്നെ വീട്ടുമുറ്റത്തെത്തിയപ്പോഴേ കണാരേട്ടൻ എന്നോടെന്തെങ്കിലും മിണ്ടിയുള്ളൂ.

"മാഷേ, വെല്ല്യച്ഛന്റെ കാലത്ത് കുടികെടപ്പ് കിട്ട്യേതാ. ഈ മണ്ണിലാ എന്റെ എല്ലാം."

കണാരേട്ടന്റേയും കമലേടത്തിയുടേയും കണ്ണീർവീണ് മണ്ണ് നനഞ്ഞു.

"നമുക്കിത് തിരിച്ച് പിടിക്കണം".

കണാരേട്ടൻ പ്രതീക്ഷയോടെ എന്നെ നോക്കി.

"ങാ.... കണാരേട്ടാ, നടക്കും, നടത്തണം".

മേഘക്കീറിനുള്ളിലെ നിലാവലപോലെ, കണാരേട്ടന്റെ കണ്ണീർ നിറഞ്ഞ കൺകോണിൽ അന്നൊരു പ്രകാശം മിന്നിയിരുന്നു.

ഇരുട്ടിനെ മുറിച്ചുകീറിക്കൊണ്ട് വണ്ടി ഓടിക്കൊണ്ടിരുന്നു. എല്ലാവരും നല്ല ഉറക്കത്തിലാണ്.

അടുത്ത ആഴ്ച വരാമെന്ന് പറഞ്ഞാണ് പിരിഞ്ഞത്. പിന്നെന്തിനാ കണാരേട്ടൻ ഇന്നലെ വിളിച്ചത്?

കണാരേട്ടന്റെ ശബ്ദത്തിൽ പഴയതിലും പേടിയുണ്ടായിരുന്നോ?

എനിക്കൊരു പിടിയും കിട്ടിയില്ല.

അവ്യക്തമായ ചിന്തകൾ മാത്രം! അവ കറങ്ങിക്കറങ്ങി ഒടുവിൽ ഒരു കൊളാഷ് ആയി രൂപാന്തരപ്പെട്ടു.

ഒരു നീണ്ട കൂവലോടെ വണ്ടി നിന്നു. ആൾക്കൂട്ടത്തിനൊപ്പം ഞാനും വണ്ടിയിൽ നിന്നിറങ്ങി.

നല്ല തണുപ്പ്. ഒരു കട്ടൻ ചായ കുടിച്ചു. ഒരു സിഗരറ്റെടുത്ത് കത്തിച്ചു. സമയം ഏതാണ്ട് പന്ത്രണ്ട് മണി. ഒരു ഓട്ടോ വിളിച്ച് ഞാൻ യാത്ര തുടർന്നു. അൽപസമയത്തിനകം അമ്പലമുക്കിൽ ഇറങ്ങി.

റോഡിലോ ബസ് സ്റ്റോപ്പിലോ ആരേയും കണ്ടില്ല. നിലാവെളിച്ചത്തിൽ ഞാൻ കണാരേട്ടന്റെ വീട്ടിലേക്ക് നടന്നു.

ഒരു പേടിപ്പെടുത്തുന്ന ശാന്തത എനിക്ക് മുന്നിലും പിന്നിലുമുണ്ടെന്ന് തോന്നി.

നേരം ഇത്ര വൈകിയിട്ടും കണാരേട്ടന്റെ വീട്ടിൽ നല്ല വെളിച്ചം. ആളുകൾ കോലായിലും മുറ്റത്തും അവിടവിടെയായും മരവിച്ച ഭാവത്തിൽ ഇരിക്കുന്നുണ്ടായിരുന്നു. എന്തോ ഒരു പന്തികേട് തോന്നി. ഞാൻ അകത്ത് കയറി നോക്കി.

കണാരേട്ടനേയും കമലേടത്തിയേയും വെള്ളപുതപ്പിച്ച് കിടത്തിയിരിക്കുന്നു!

തലക്കരികെ കത്തുന്ന നിലവിളക്ക്.

ചുറ്റും തേങ്ങിത്തളർന്ന മക്കളും ബന്ധുക്കളും. കൂടുതൽ സമയം അവിടെ നിൽക്കാൻ കഴിഞ്ഞില്ല. ഞാൻ തലതാഴ്ത്തി തിരിയവേ അവർ ശവങ്ങളെടുക്കാൻ ഒരുങ്ങി. അവർ എന്നെ കാത്തിരിക്കുകയായിരുന്നു.

മുറ്റത്തെ തെങ്ങും ചാരി നിൽക്കവേ, ഏതോ ഒരാൾ ഒരെഴുത്ത് തന്നു.

ഞാനത് പൊട്ടിച്ചു -

"മാഷേ, നൂറുദ്ദീൻ മുതലാളിയുടെ ആൾക്കാർ വന്നിരുന്നു. ഏഴ് ദിവസത്തിനകം വീടൊഴിഞ്ഞു കൊടുക്കണംന്ന്. ആ സിക്രട്ടറി ബാലനും കൂടെയുണ്ടായിരുന്നു. ഞാൻ ആലോചിച്ചിട്ട് ഞങ്ങൾക്കിനി ഈ വഴി മാത്രമേയുള്ളൂ".

എന്ന്,

സ്വന്തം കണാരൻ.

തെക്കേപ്പറമ്പിൽ കണാരേട്ടന്റേയും കമലേടത്തിയുടേയും ചിതകൾ എരിഞ്ഞുതീരുമ്പോൾ നേരം പാതിര. അഞ്ചാറു പേർ നിലത്തും ബെഞ്ചിലുമായി കിടന്നുറങ്ങുന്നുണ്ട്. ഒരു കസേരയിൽ ഞാനും ഒന്ന് ചാരിക്കിടന്നു. വേഗം ഉറക്കത്തിന്റെ ആഴങ്ങളിലേക്കിറങ്ങിപ്പോയി.

നൂറുദ്ദീൻ മുതലാളിയുടെ കഴുത്തിന് നേരെ നാല് കൈകൾ നീണ്ടുവന്നു. മുതലാളിയുടെ ആർത്തനാദത്തിൽ ഞാൻ ഞെട്ടിയുണർന്നു! ഇല്ല, ആരും ഒന്നും കണ്ടിട്ടില്ല; കേട്ടിട്ടില്ല! എല്ലാവരും ഉറക്കത്തിലാണ്.

ഞാൻ പ്രഭാതസൂര്യന് നേരെ നടന്നു.

രാമചരിതം

വകതിരിവുവന്നനാൾ മുതലേ
ഒതേനക്കുറുപ്പിനോട്
ഭയങ്കര ശത്രുതയായിരുന്നു രാമേട്ടന്.
കാരണം,
കുറുപ്പ് മുതലാളിയാ!
മുതലാളിക്കെതിരെ സമരം നടക്കുമ്പോൾ
രാമേട്ടനാ മുന്നില്.
വയൽനികത്തുന്നിടത്ത് കൊടി നാട്ടാനും,
മുതലാളിമാരോടുള്ള പകതീർക്കാൻ
സർവ്വസർക്കാർ സ്ഥാപനങ്ങളും
സമരം ചെയ്ത് തച്ചുടയ്ക്കാനും
രാമേട്ടൻ മുന്നിൽ!
എന്നാൽ,
ഈയിടെയായി രാമേട്ടനെ കാണാനില്ല!
ആളുകൾ അതുമിതും പറയാൻ തുടങ്ങി.
നാളുകൾക്ക് ശേഷം,
ഒരു സത്യമായ വാർത്ത വന്നു:-
ഒതേനക്കുറുപ്പും രാമേട്ടനും കൂടി
കലക്ടറേറ്റിന് സമീപം പണിത
പുതിയ ഷോപ്പിംഗ് കോംപ്ലക്സിന്റെ
ഉദ്ഘാടനത്തിന് മന്ത്രിയേയും
അന്വേഷിച്ചു പോയിരിക്കുകയാ...!
രാമചരിതത്തിന്റെ പുതിയ അധ്യായം
ഇവിടെ തുടങ്ങുന്നു.

അശാന്തിയുടെ കാവൽക്കാർ

ഇരുട്ട് കയറിത്തുടങ്ങുമ്പോൾ അയാളുടെ ഒച്ച ഉച്ചത്തിലാകും. പാറമുക്കിലെ നാട്ടുകാരുടെ നെഞ്ചിടിപ്പിന്റെ വേഗത കൂടും. പ്രത്യേകിച്ച് പെണ്ണുങ്ങളുടേയും കുട്ടികളുടേയും. കരടി വേലായുധന്റെ ഒച്ച ഉച്ചത്തിലായാൽ ഉറപ്പാണ് അന്ന് പാറമുക്കിൽ ഒരടിപിടി നടക്കുമെന്ന്! വലിയ കാരണമൊന്നും വേണ്ട. ഈ ഗുണ്ടയേയും സംഘത്തേയും നേരിടാൻ കൈക്കരുത്തില്ലാതെപോയ അരനൂറ്റാണ്ട് മുമ്പത്തെ പാറമുക്ക്. പ്രതികാരാഗ്നി അകത്ത് തന്നെ കത്തിയമർന്നവരുടെ നാട്! അന്നെനിക്ക് എട്ടോ ഒമ്പതോ വയസ്സ്.

എന്റെ വീടുള്ള വലിയ പറമ്പിന്റെ പടിഞ്ഞാറെ അതിരിൽ കിട്ടൻ നമ്പ്യാരുടെ പലചരക്ക് പീടികയാണ്. വടക്ക് തെരുവിൽ നിന്നും തെക്ക് കടവിൽ നിന്നും പടിഞ്ഞാറ് പുഴക്കരനിന്നും ഓരോ വഴികൾ ഈ പീടികയ്ക്ക് മുമ്പിൽ വന്നുചേരുന്നു. പീടികയ്ക്ക് മുമ്പിൽ ഒരു പാറകൂടിയുള്ളതിനാൽ പാറമുക്ക് എന്ന് വിളിക്കുന്നു.

കിട്ടൻ നമ്പ്യാരുടെ ഒറ്റപ്പീടികയേ ഉള്ളുവെങ്കിലും വൈകുന്നേരമായാൽ പാറമുക്ക് ഒരു കൊച്ചു ചന്തയാണ്. കിട്ടൻ നമ്പ്യാരൂടെ പീട്യേന്ന് സാധനങ്ങൾ വാങ്ങാൻ വരുന്നവർ, രാവിലെ പണിക്ക് പോയിട്ട് തിരിച്ചുവരുന്ന ആണുങ്ങളും പെണ്ണുങ്ങളും ഏഴാം ക്ലാസിലോ അതിനുതാഴെ മാത്രം പഠിച്ചവരോ ആയതിനാൽ പാറമുക്ക് പ്രദേശത്തുകാരെല്ലാം നാടൻ പണിക്കാരായിരുന്നു. (ഈ കാലവും കടന്ന്, പിന്നെയും ഒരു പത്ത് വർഷം കഴിഞ്ഞാണ് ഞാൻ പാറമുക്കിലെ ആദ്യത്തെ സർക്കാർ ഉദ്യോഗസ്ഥനാവുന്നത്.) പിന്നെ പണി കഴിഞ്ഞ് വീട്ടിലെത്തി കുളികഴിഞ്ഞ് സന്ധ്യാനേരത്തെ പുഴുക്കും കരിഞ്ചായയും കഴിച്ച് വെറുതെ പാറമേൽ വന്നിരിക്കുന്നവർ, രസം, പറയുന്നവർ, ചീട്ടുകളിക്കുന്നവർ, അങ്ങ് ദൂരെ പുതിയ നിരത്തിൽ നിന്നും കാവോടിയിൽ മീൻ തൂക്കി ചുമലിലേറ്റി നടന്ന് കടവ് കടത്തി തെരുവിലേക്ക് പോകുന്ന മീൻ കച്ചവടക്കാർ - അവർക്ക് പാറമുക്ക് ഒരു ഇടത്താവളമാണ് - മീൻ വാങ്ങാനെത്തുന്നവർ, അങ്ങിനെ അങ്ങിനെയുള്ളവർ...

കൂടാതെ കച്ചേരി കണ്ണച്ചൻ മുളപ്പിച്ച നെല്ല്കൊണ്ടുണ്ടാക്കിയ നല്ല നാടൻ എറാക്ക് കുടിച്ചു വരുന്നവർ, മധുരക്കണ്ടി ചാത്തപ്പന്റെ നവസാരം ചേർത്തുണ്ടാക്കിയ എറാക്ക് മോന്തിവരുന്നവർ, കൂമൻകുന്നുമ്മലെ

മാതാമ്മ കശുമാങ്ങയിൽ നിന്നുണ്ടാക്കിയ ശൂരുള്ള റാക്ക് കുടിച്ചുവരുന്നവർ, കടവ് കടന്ന് വരുന്നവരും കടവിലേക്ക് പോകുന്നവരും അല്ലാത്തതുമായ വഴിയാത്രക്കാർ, ഇടക്കിടേയുള്ള ചില വാക്കേറ്റങ്ങൾ... ഇങ്ങനെ പാറമുക്ക് വൈകുന്നേരങ്ങളിൽ ഒരു കൊച്ചുചന്തയായി മാറുന്നു.

ആരുടെയെങ്കിലും ഒച്ചപൊങ്ങുമ്പോഴാണ് കരടിവേലായുധന്റെ രംഗപ്രവേശം. അതുവരെ പാറമുക്കിനെ വീക്ഷിച്ചുകൊണ്ടും കേട്ടുകൊണ്ടും അയാൾ പാറമുക്കിനോട് ചേർന്ന അയാളുടെ വീട്ടു കോലായയിൽ ചുമരും ചാരി ഇരിക്കുകയാവും, വൈകുന്നേരം അകത്താക്കിയ എറാക്കിന്റെ ശൂരിൽ.

'ദാ, നോക്ക്, നോക്ക്...

ഞാളൊക്കെണ്ടേ ഊട...!'

എന്ന അർത്ഥഗർഭമായ താക്കീതോടുകൂടിയാണ് കരടിയുടെ അരങ്ങേറ്റം. അയാളും മക്കളും മരുമക്കളുമടങ്ങുന്ന ഒരു ഗുണ്ടാസംഘം എന്തിനും പോന്നവരായി ഇവിടെ വിലസുമ്പോൾ ഈ പാറമുക്കിൽ മറ്റാരാണ് ('ഏത് ശുനകന്റെ മകനാ'- എന്നാണ് പതിവ് ഭാഷ) ഞങ്ങൾക്ക് മീതെ ഒച്ചവെക്കാൻ...? കയ്യൂക്ക് കാണിക്കാൻ...? എന്നാണ് ഗുണ്ടാസംഘത്തലവന്റെ മേപ്പടി സംഭാഷണത്തിന്റെ ധ്വനി.

മടക്കിക്കുത്തിയ ലുങ്കിമാത്രം വേഷം. മുറുക്കിച്ചുവന്ന് മരവിച്ച് വിണ്ടുകീറിയ ചുണ്ടുകൾ, മേലോട്ട് പിരിച്ചുനിർത്തിവച്ച മീശ, കഷണ്ടി കയറിക്കൊണ്ടിരിക്കുന്ന തലയിൽ പിന്നോട്ട് ചീകിവച്ച മുടി, റാക്കിന്റെ മത്തിൽ ചുവന്ന് കലങ്ങിയ കണ്ണുകൾ.... എന്തൊക്കെയോ പിറുപിറുത്തുകൊണ്ട് ആ ഇരുട്ടിൽ കരടിപാറമുക്കിലേക്കിറങ്ങുകയായി. ഒപ്പം എന്തിനും തയ്യാറായി പലയിടങ്ങളിലായി നേരത്തേതന്നെ നിലയുറപ്പിച്ചിരുന്ന ഗുണ്ടാസംഘവും ഇറങ്ങുകയായി.

'മാങ്ങാംമൂഴിയിലെ മുതലകൾക്ക് നേരും നെറിയുമില്ല' – എന്ന എന്റെയീ നാട്ടിലെ പഴഞ്ചൊല്ലുപോലെയാണ് കരടിവേലായുധന്റേം സംഘത്തിന്റേം സ്ഥിതി. അതുകൊണ്ടാണ്, ഞങ്ങൾ നാട്ടുകാർക്കൊക്കെ നെഞ്ചിടിപ്പ് കൂടുന്നത്. ഇവർക്ക് ആരേയും ഇരകളാക്കാം. കാരണമെല്ലാം അവർതന്നെ ഉണ്ടാക്കിക്കൊള്ളും. ബന്ധുക്കളേയും സ്വന്തം പാർട്ടിക്കാരേയും അന്യായമാണ് ചെയ്തതെങ്കിൽപോലും വെറുതെ വിടുകയും പറ്റുമെങ്കിൽ അവരോടൊപ്പം ചേർന്ന് എതിരാളിയെ നിലംപരിശാക്കുകയും ചെയ്യുകയാണീ ഗുണ്ടാസംഘത്തിന്റെ രീതി.

ഞാനും എന്റെ അനിയൻമാരും പതിവുപോലെ സന്ധ്യയ്ക്ക് പഠിക്കാനിരിക്കും. ശ്രദ്ധമുഴുവൻ പാറമുക്കിലായിരിക്കും. കരടിവേലായുധന്റെ ഒച്ചയുണ്ടോ എന്നറിയാൻ. വായിച്ചതുതന്നെ പിന്നെയും പിന്നെയും

വായിക്കും. ഒന്നും തലയിൽ കേറില്ല. കണ്ണിലും മൂക്കിലും പാട്ടവിളക്കിലെ കരിമ്പുക കയറി നിറയും. അതുതന്നെ.

കരടിവേലായുധന്റെ ഒച്ച കേൾക്കുന്ന രാത്രിയിൽ ഇറയത്ത് തൂക്കിയ അഞ്ചാംനമ്പ്ര് വിളക്കുമെടുത്ത് കുടുംബം മുഴുവൻ ഒരു പോക്കാ, പാറ മുക്കിലേക്ക്!

അങ്ങനെയുള്ള ഒരു സന്ധ്യയിൽ -

ആരുടെ കെട്ട്യോനാ...?

ആരുടെ മകനാ...?

ആരുടെ അച്ഛനാ....?

ആരുടെ ആങ്ങളയാ ...?

ആരുടെ ആരാ....?

- കരടിയുടേയും സംഘത്തിന്റേം ഇന്നത്തെ ഇര ...?

ഇടവഴിക്കിരുവശത്തെ ഉയർന്ന കണ്ടങ്ങളിലായി നിന്നുകൊണ്ട് പ്രദേശത്തെ ജനങ്ങൾ കാഴ്ചകൾ കാണുകയാണ്. ഗുണ്ടാസംഘത്തിന്റെ അക്രമം കണ്ട് പേടിക്കുന്നവർ, തേങ്ങുന്നവർ, കയുന്നവർ ...!

കിട്ടൻ നമ്പ്യാരുടെ പീടികയുടെ മുൻവശം ഇപ്പോൾ ഒരു ഗോദയാണ്! അവിടെ കരടിവേലായുധനും സംഘവും ആരെയൊക്കെയോ തല്ലിയും തൊഴിച്ചുംകൊണ്ടിരിക്കുകയാണ്.

കാണികളുടെ രണ്ട് കട്ട ബാറ്ററി ടോർച്ചിന്റെ മിന്നൽ വെളിച്ചത്തിൽ സംഘത്തിന്റെ ഇന്നത്തെ ഇര അച്ഛനും വല്യച്ഛനുമാണെന്നറിഞ്ഞപ്പോൾ എനിക്ക് കരച്ചിലടക്കാൻ കഴിഞ്ഞില്ല. ഞാൻ ഉച്ചത്തിൽ കരഞ്ഞു. കാഴ്ചക്കാരിൽ ആരും ഇവരെ പിന്തിരിപ്പിക്കാനുള്ള ഒരു ശ്രമവും നടത്തുന്നില്ല. അവർക്കെതിരെ അവിടെ ആരും കൈ ഉയർത്തില്ലെന്ന് കാലങ്ങൾക്ക് ശേഷമാണറിഞ്ഞത് - അവർക്ക് പിന്നിലെ അദൃശ്യ ശക്തിയേയും.

ആങ്ങളമാരെ രക്ഷിക്കാൻ അച്ഛൻ പെങ്ങളിറങ്ങി കരഞ്ഞു പറഞ്ഞു. ആ നരാധമൻമാർ അവർക്കും കൊടുത്തു അടിയും തൊഴിയും!

നാട്ടുമൂപ്പന് മാത്രമേ ഇതിനൊരു പരിഹാരം കാണാനാവൂ. ആരോ അറിയിച്ചതനുസരിച്ച് മൂപ്പൻ ഓടിയെത്തി - ഈ നരനായാട്ട് അവസാനിപ്പിച്ചു.

പാറമുക്കിൽ ഓടിക്കൂടിയവരുടെ കൂടിയ നെഞ്ചിടിപ്പ് പതുക്കെ താണുകൊണ്ടിരുന്നു. ഓരോ കുടുംബവും അവരുടെ വീടുകളിലേക്ക് ഓരോ മൗനജാഥ നടത്തി. ഗുണ്ടാസംഘം കരടിയുടെ വീട്ടിലേക്ക് മുരണ്ടുകൊണ്ട് നടന്നു.

കരിപുരണ്ട് നിറം മങ്ങിയ അഞ്ചാം നമ്പ്ര് വിളക്കും കൊണ്ട് വീട്ടിൽ തിരിച്ചെത്തിയപ്പോൾ കണ്ടത്, അടുപ്പത്ത് വച്ചിരുന്ന അരി തിളച്ച് മറിഞ്ഞ് പുറത്തേക്കൊഴുകി അടുപ്പിലെ തീ കെട്ടുപോയതും പൂച്ച നക്കിത്തുടച്ച മീൻചട്ടിയും, തുറന്നുവച്ച പുസ്തകങ്ങൾക്കരികെ ഒരു പാട്ടവിളക്ക് കരിമ്പുക തുപ്പിക്കൊണ്ടിരിക്കുന്നതുമായിരുന്നു!

പഴയ പല രാത്രികളിലെപ്പോലെ അന്നു രാത്രിയും ഞങ്ങൾ തിന്നും തിന്നാതെയും വീണുറങ്ങി!

അത്തരം രാത്രികൾ പിന്നെയും വന്നുപോയി. ഒരുപാട് വർഷവും വേനലും കടന്നുപോയശേഷമാണ് കരടികൾക്ക് പിന്നിലെ ശക്തിയേയും അച്ഛനും വല്യച്ഛനും അക്രമിക്കപ്പെട്ടതിന്റെ കാരണവും മനസ്സിലായത്.

അച്ഛന്റേയും വല്യച്ഛന്റേയും പാർട്ടിയും കരടികളുടെ പാർട്ടിയും വേറെ വേറെയായിരുന്നുവല്ലോ.

പാറമുക്ക് കരടിവേലായുധന്റെ മണ്ണായി മാറിയിരുന്നു. അവിടെ എന്തും കളിക്കാനുള്ള അവകാശം കരടികൾക്ക് പതിച്ചുകൊടുത്തതുപോലെയായിരുന്നു. അവരുടെ പാർട്ടിക്കാരും ബന്ധുക്കളുമല്ലാത്തവർ വളരെ സൂക്ഷിക്കണമായിരുന്നു!

അച്ഛനും വല്യച്ഛനും അവരിൽ നിന്നകന്നു നടന്നു. പുതിയ പുലരികൾ പിറന്നു. കരടിയുടെ ഗുണ്ടാമകൻ കമ്മാരി വാസുവിനെ ഒരു ഗുണ്ടായിസത്തിൽ പോലീസ് ലോക്കപ്പിലടച്ചു. തിരിച്ചെത്തിയ വാസുവിന് പാറമുക്കിൽ തുടർന്ന് ജീവിക്കാനായില്ല. വാസു കുടുംബസമേതം നാടുവിട്ടു.

കരടിവേലായുധൻ ദോഗയിലിറങ്ങുന്നത് വളരെ ശ്രദ്ധയോടെയായി. മരുമകൻ ഗുണ്ട ഇരുമ്പ് ദാമു അടിയും തൊഴിയും കൊണ്ട് കൊണ്ട് ക്ഷയം പിടിച്ച് കുരച്ച് കുരച്ച് അകാലത്തിൽ ചത്തുപോയി.

കരടി ഗോദയിലിറങ്ങാൻ മടി കാണിച്ചു. പാറമുക്കിൽ ശാന്തിയും സമാധാനവും കൈവരുന്നതുപോലെ!

കരടിയുടെ മൂത്ത വലംകൈ ജാരൻ കുമാരൻ അക്രമം വെടിഞ്ഞ് സ്നേഹത്തിന്റെയും സമാധാനത്തിന്റെയും താഴ്വരയിലേക്കിറങ്ങി. പലരുടേയും ജാരനായി അറിയപ്പെട്ടു.

തിന്നും തിന്നാതെയും കുടിച്ചും കുടിക്കാതെയും കരടി വേലായുധൻ ഒരു ദിനം ചത്തു!

കൊയ്ത്തുപാടത്ത് നിന്ന് എന്നോ പെറുക്കിയെടുത്ത താപ്പിടി നെല്ലിലെ അരികൊണ്ട് അന്ന് അച്ഛൻ പെങ്ങൾ പായസംവച്ച് കുടിച്ചത് നാടറിഞ്ഞു!

അച്ഛൻ പെങ്ങൾ വച്ചതുപോലുള്ള 'പായസം' വിലയേറിയ അരി കൊണ്ട് വയ്ക്കാനിന്ന് ആളുകളേറെയുണ്ടെന്ന് കരടിയുടെ പാരമ്പര്യം തുടരുന്ന ഇളം തലമുറ മനസ്സിലാക്കി. അത്തരം പായസം ഇനി ആരെക്കൊണ്ടും വയ്പ്പിക്കരുതെന്ന് അവരുടെ ഒരു കുടുംബ സംഗമത്തിൽ തീരുമാനിച്ച് സമാധാനത്തിന്റെ സംഘഗാനമാലപിച്ചു പിരിഞ്ഞു.

മടക്കം

നാടൻചാരായമടിച്ച് ചാത്തുച്ചെട്ട്യാർ, പാലത്തിന്റെ
പടിഞ്ഞാറെ കൈവരിയിൽ പിടിച്ച് പടിഞ്ഞാറോട്ട് നോക്കി
ഒരു നിൽപ്പാ.... പഴയ തോണിക്കടവ്, യാത്ര, തെരുവ്.....
ചായം മുക്കിയ നൂലിന്റെയും, നാടൻ എറാക്കിന്റേയും മണം..... കൈത്തറിയുടെ കലപിലകൾ.... അങ്ങിനെ.... അങ്ങിനെ....
ഓർമ്മകളിലേക്കൊരു മടക്കയാത്ര....!
അതിനിടയിൽ, ചാത്തുച്ചെട്ട്യാരുടെ മനസ്സിൽ ഇലകൊഴിഞ്ഞ
ഒരാൽ മരം വളർന്നുവന്നു. മണ്ണിലേക്ക് പടർന്ന
അതിന്റെ വേരുകളിൽ ചാത്തുച്ചെട്ട്യാർ തലോടി.

പിൻകുറിപ്പ് :

പലരും പല രാത്രികളിലും
പാലത്തിന്റെ കൈവരിയും പിടിച്ച്
ഇങ്ങനെ നിൽക്കാറുണ്ട്പോലും...!

അനന്തരം

ഇന്നും സമയം വളരെ വൈകിയിരുന്നു. പാർട്ടി ക്ലാസ് കഴിഞ്ഞുള്ള വരവായിരുന്നു. കൂട്ടിന് ആരെയും കിട്ടിയില്ല. സെക്കന്റ് ഷോ കണ്ടവരും തിരിച്ചുപോയി. നിലാവും മാഞ്ഞു തീരാറായി. പരിചയമുള്ള വഴിയല്ലേ... ഇരുട്ടിലൂടെ ഞാൻ നടന്നു.

പാതിവഴി പിന്നിട്ടപ്പോൾ കുറച്ചകലെയായി ഒരു നേരിയ വെട്ടം കണ്ണിൽപ്പെട്ടു. കത്തിത്തീരാറാവുന്ന ഒരു മെഴുകുതിരി കടത്തിണ്ണയിൽ നിന്നാണ്. ഒരു ചെറുപ്പക്കാരൻ എന്തോ വാരിവലിച്ചെഴുതുകയാണ്. ഇടക്കിടയ്ക്ക് അങ്ങോട്ടുമിങ്ങോട്ടും പാളി നോക്കുന്നുമുണ്ട്.

ഞാൻ നടത്തത്തിന് വേഗത കൂട്ടി. അയാൾ കടലാസുകളെല്ലാം ധൃതിയിൽ ചുരുട്ടിയെടുത്തു. മെഴുകുതിരി ഊതിക്കെടുത്തി.

എന്റെ ചെരിപ്പിന്റെ ശബ്ദം കേട്ടിട്ടോ എന്തോ അയാൾ ഓടാൻ ശ്രമിക്കുകയാണ്.

അയാളാരെന്നറിയാതെ ഞാൻ വിളിച്ചു പറഞ്ഞു "വേണ്ട, പേടിക്കേണ്ട. ഇത് ഞാനാണ് സേതുമാഷ്".

മുന്നോട്ടാഞ്ഞ കാൽ പതുക്കെ പിന്നോട്ട് വലിയുന്നത് ഒരു നിഴൽ പോലെ ഞാൻ കണ്ടു. നിശ്ശബ്ദമായ ആ നിമിഷങ്ങളിൽ-അയാളുടെ വീർപ്പ് എനിക്ക് വ്യക്തമായി കേൾക്കാൻ കഴിഞ്ഞു. ഞാൻ തീപ്പെട്ടിക്കമ്പ് കത്തിച്ചു.

അയാളുടെ മുഖം തെളിഞ്ഞു.

ഞാൻ അത്ഭുതപ്പെട്ടു..... അത്... അതെന്റെ ഗൗതമനായിരുന്നു! എന്റെ പ്രിയ ശിഷ്യൻ!

അറിയാതെ ഒരു ദീർഘനിശ്വാസം വീണു.

തീപ്പെട്ടിക്കമ്പ് കെട്ടു. ചില നുറുങ്ങുനിമിഷങ്ങൾ കടന്നുപോയി. ഒരു തണുത്ത കാറ്റ് വീശി. അതിന് സ്മൃതികളുടെ ഗന്ധമായിരുന്നു. അത്, എന്നിലൂടെ ഗൗതമനിലേക്കും, അവനിൽ നിന്ന് എന്നിലേക്കും ഒഴുകി.

"ഗൗതമൻ ഇവിടെ?"

അവനൊന്നും പറഞ്ഞില്ല. ഭയത്തിന്റെ നിഴൽവീണ കണ്ണുകൾ ആരെയോ പരതുകയായിരുന്നു.

“എന്താ ഇത്?” അവന്റെ കയ്യിലെ കടലാസിലേക്ക് ചൂണ്ടിക്കൊണ്ട് ഞാൻ വീണ്ടും ചോദിച്ചു.

“രാജ്യദ്രോഹക്കുറ്റം ചുമത്തി ജയിലിലടച്ച ഞങ്ങളുടെ പ്രവർത്തകരെ വിട്ടയക്കാൻ ആവശ്യപ്പെടുന്ന പോസ്റ്ററുകളാണ് സാർ”.

“ഓഹോ.... അപ്പോൾ നീയും ഒരു വിപ്ലവകാരിയാണല്ലേ?”

ഒരൽപ്പം ഗൗരവത്തിൽ ഞാൻ ചോദിച്ചു.

അവൻ ഒന്നുകൂടെ ഭയന്നു.

“സംശയിക്കണ്ട. ഞാൻ ഒറ്റിക്കൊടുക്കില്ല”.

ഇപ്പോഴാണവനല്പം സമാധാനം കിട്ടിയതായി തോന്നിയത്.

മഷിയുണങ്ങാത്ത പോസ്റ്ററുകൾ ചുരുട്ടിക്കൊണ്ട് അവൻ ചോദിച്ചു.

“അതിരിക്കട്ടെ മാഷെവിടുന്നാ?”

“ഞാനൊരു പാർട്ടി ക്ലാസുകഴിഞ്ഞു വരികയാ. നിനക്ക് വല്ല ജോലിയും?”

“അതൊക്കെ പിന്നെ പറയാം മാഷെ. എനിക്ക് വിശക്കുന്നുണ്ട്”.

“ഓ.... അതിനെന്താ വരൂ. ഒരൽപം കൂടി നടന്നാൽ മതി”.

ഇരുട്ടിന് കനമേറി വന്നു. ഞാൻ ഓർമ്മകളുടെ കെട്ടഴിച്ചു.

അമ്പതുകളിലെ ഒരു സ്വാതന്ത്ര്യദിനാഘോഷം. ജാഥയുടെ മുന്നിൽ ഖദർ വസ്ത്രവും തൊപ്പിയും ധരിച്ച്, ത്രിവർണ്ണപതാകയേന്തി, ആവേശത്തോടെ ‘ജയ് ഭാരത്’ വിളിച്ചു വരുന്ന ഗൗതമൻ.

ആ ഗൗതമനിപ്പോൾ.....! ഇരുളിന്റെ മറവിൽ വിപ്ലവം പണിയുന്ന പുതിയ വിപ്ലവകാരി! കണക്കുകൂട്ടലുകളൊക്കെ തെറ്റുന്നു. ഞങ്ങൾ പഴങ്കഥകൾ പറഞ്ഞു വീട്ടിലെത്തുമ്പോൾ തളർന്നിരുന്നു.

മണ്ണെണ്ണ വിളക്കിന്റെ ഇളകുന്ന നാളത്തിനു മുന്നിലിരുന്ന് അയാൾ ആർത്തിയോടെ വാരി തിന്നു. തീക്കുണ്ഡത്തിന്റെ ചെമപ്പാർന്ന കണ്ണുകളിപ്പോൾ, ഭയത്തോടെ ആരെയോ പ്രതീക്ഷിക്കുന്നതുപോലെ തോന്നി.

പോസ്റ്ററുകൾ തലയിണക്കടിയിൽ വെച്ച് ഗൗതമൻ കിടന്നു. ഒരു മയക്കത്തിനുവേണ്ടി മാത്രം. കിഴക്കുണരുന്നതിനു മുമ്പേ യാത്രയാകാൻ.

ഉറക്കം വരാതെ ഞാൻ കിടന്നു. ചിന്തകൾ എന്നെ പൊതിഞ്ഞു– ചോണനുറുമ്പുകളെപ്പോലെ.

പെട്ടെന്നാണാ ശബ്ദം കേട്ടത്. അതെ അതൊരു പോലീസ് വിസിലായിരുന്നു. ഞെട്ടലോടെ ഞാൻ വാതിൽ തുറന്നു.

ങേ...? ഗൗതമൻ?

എനിക്ക് ഭയം കൂടിവന്നു. ദൂരെ ബൂട്ടിന്റെ ശബ്ദം അകലുകയായിരുന്നു. ഏതോ യാമത്തിൽ ചിന്തയുടെ ഇടനാഴിയിൽ എന്റെ കണ്ണുകൾ വീണുടഞ്ഞത് ഞാനറിഞ്ഞില്ല. അങ്ങനെ ആ രാത്രി പിടഞ്ഞുമരിച്ചു.

പിന്നെയും ഭ്രമണം തുടർന്നു. വർഷവും വേനലും മാറിമാറി വന്നുപോയി. അവസാനം ആ നല്ലനാൾ പിറന്നു. കടൽ കടന്നുവന്ന കാറ്റിന് സാന്ത്വനത്തിന്റെ സംഗീതം. നിലാവിന് വശ്യമായ തണുപ്പ്.

ഞാൻ ഗോർക്കിയുടെ 'അമ്മ' ഒന്നുകൂടെ വായിച്ചു തീർത്തു. നാളത്തെ ക്ലാസിനുവേണ്ട നോട്സ് തയ്യാറാക്കി... ഉറങ്ങാൻ കിടന്നു.

മെയ്ദിനം ആഘോഷിക്കാൻ ഗ്രാമം ഒരുങ്ങി നിൽക്കയാണ്. ഒരു ജാഥ കടന്നുവന്നു. അവർ അവരുടെ ആവേശത്തിന്റെ ശക്തിതെളിയിച്ചു.

എനിക്ക് വിശ്വസിക്കാൻ കഴിഞ്ഞില്ല. ചുവന്ന കൊടിയുമേന്തി മുന്നിൽ വന്നത് അവനായിരുന്നു..... ഗൗതമൻ!

നാടുറങ്ങുമ്പോൾ ഉണർന്നവൻ, പോലീസിനെ ഭയന്നവൻ, ഇന്ന് പട്ടാപ്പകൽ തെരുവിൽ... ഏതായാലും എനിക്കിന്ന് സന്തോഷത്തിന്റെ ദിവസമാണ്. വീട്ടിലേക്ക് നടന്നു. രാത്രി സുഖനിദ്രയിലായിരുന്നു.

കാലചക്രം വീണ്ടും കറങ്ങി. ചുവന്ന പ്രഭാതങ്ങൾ വന്നുപോയി. പ്രകൃതി പുതിയ നിറങ്ങൾ ചാലിച്ചു. വിശ്വാസ പ്രമാണങ്ങൾ പരിഹസിക്കപ്പെട്ടു. അവ സത്യങ്ങളിൽ നിന്ന് അകലാൻ തുടങ്ങി.

ഗൗതമൻ പലായനം ചെയ്തു.

കാലത്തിന്റെ ഗർഭം പൊട്ടി പുതിയ ഗൗതമൻമാർ പുറത്തുവന്നു. ചരിത്രങ്ങൾ പേറി കുറേ രാത്രികൾ വീണ്ടും മുറിഞ്ഞു വീണു. പിന്നത്തെ സായാഹ്നത്തിൽ ഞാൻ ഒരത്ഭുതദൃശ്യത്തിന്റെ ദൃക്സാക്ഷിയായി......

കുങ്കുമക്കുറിതൊട്ടു പീതവർണ്ണക്കൊടിയേന്തി, രാമനാമം ജപിച്ചു വരുന്നവരുടെ മുന്നിൽ ഗൗതമൻ! എന്റെ തലച്ചോറിലൂടെ തേനീച്ചകൾ ഉച്ചത്തിൽ മൂളി വട്ടംവച്ചു. എങ്ങിനെ വീട്ടിലെത്തി എന്നറിയില്ല. തളർന്നുപോയിരുന്നു.

കിടക്കയിൽ മലർന്നു കിടന്നു. സീലിങ്ങിൽ ഒരു ഗൗളി വാൽമുറിച്ചോടി. അന്ന് ഞാനെങ്ങനെയോ ഉറങ്ങി. പിന്നെ എനിക്കുറക്കം നഷ്ടപ്പെട്ട രാത്രികളായിരുന്നു. ചിന്തിച്ചു ചിന്തിച്ചു അവസാനം എത്തിയത് ഉറക്കെ ചിരിക്കണമെന്ന തോന്നലിലാണ്. പക്ഷേ, ചിരിച്ചാൽ, ജനം ഭ്രാന്തനെന്നു വിളിക്കില്ലേ... അതും വയ്യ. എനിക്ക് എന്നെ തന്നെ നഷ്ടപ്പെട്ടതായി തോന്നിത്തുടങ്ങിയിരുന്നു.

പിന്നീടുള്ള നേരങ്ങളിൽ ഞാൻ എന്റെ മുഴുവൻ ശ്രദ്ധയും പതിപ്പിച്ചത്, എന്നിൽ നിന്ന് നഷ്ടപ്പെട്ട എന്നെ തിരയുന്നതിലാണ്.

ആയിടയ്ക്ക്, ഒരു വിറങ്ങലിച്ച പ്രഭാതത്തിൽ ഭാര്യ വിളിച്ചുണർത്തി.....

“ദാ... നോക്ക്, ഗൗതമനെ കാണാനില്ല...!”

എനിക്ക് ഞെട്ടാതിരിക്കാൻ കഴിഞ്ഞില്ല. സമനില തെറ്റുന്നതുപോലെ. ഒരുറച്ച തീരുമാനമെടുത്ത് ഞാനിറങ്ങി – ഗൗതമനെത്തേടി. ഗ്രാമം, പട്ടണം, പാർട്ടി ആപ്പീസുകൾ.... കടൽ, കടൽതീരം, കാട്ടാറുകൾ....

കണ്ടില്ല. പിൻതിരിയാതെ യാത്ര തുടർന്നു. അവസാനം ഞാൻ കണ്ടു! കണ്ണുകളെടുക്കാതെ ഞാനവനെതന്നെ നോക്കിനിന്നു.

മലമുകളിലേക്ക് കയറുന്ന അവന്റെ ചുമലിലപ്പോൾ പലനിറങ്ങളിലുള്ള കൊടികൾ ഉണ്ടായിരുന്നു...!

നിലനിൽപ്പ്

ഒരിക്കൽ വെള്ളരിപ്രാവിനോട് കഴുകൻ ചോദിച്ചു:
"നീയെന്തേ ഇത്ര സാധുവായിപ്പോയത്?"
പ്രാവ് മറുപടി പറഞ്ഞു: "നീ തന്നെ കാരണം."
പിന്നെ പ്രാവ് കഴുകനോട് ചോദിച്ചു:
"ശാന്തിയും വിശുദ്ധിയുമുള്ള ഞങ്ങളെയല്ലേ നീ
ഇരകളാക്കുന്നത്.... അതെന്തേ?"
കഴുകൻ പറഞ്ഞു:
"ലക്ഷ്യത്തിലേക്ക് കുതിക്കുമ്പോൾ അതൊന്നും നോക്കാറില്ല.
വിശപ്പകറ്റുക, അതാണെന്റെ ലക്ഷ്യം."

അസ്തമയം

പാണ്ടിക്കുന്നിറങ്ങുമ്പോൾ അനന്തൻമാഷിന്റെ കാലുകൾ പതിവില്ലാത്തവിധം കുഴഞ്ഞാടുകയായിരുന്നു.

റിട്ടയർ ചെയ്യുന്നതിന് മുമ്പ് ചിലപ്പോഴും, ശേഷം പലപ്പോഴുമായി പാണ്ടിക്കുന്നിലെ ചാത്തേട്ടന്റെ പറങ്കിമാങ്ങയുടെ ശൂരുള്ള നാടൻ റാക്ക് എത്ര അകത്താക്കിയതാ...

അപ്പോഴൊക്കെ ഇങ്ങനെയൊരനുഭവമില്ല.

അനന്തൻമാഷ് അടിതെറ്റാതിരിക്കാൻ

വളരെ ശ്രദ്ധിക്കുന്നുണ്ടായിരുന്നു.

വീഴരുതല്ലോ...?

ഗ്രാമത്തിലെ കലാസാംസ്കാരിക രംഗത്തെ

കാക്കുന്നയാളും, നാടിന്റെ നല്ല പൈതൃകത്തിൽ

അഭിമാനിക്കുന്നയാളും, അതിലുപരി ഒരു

അധ്യാപകനുമല്ലെ....

ഇത്തരം ചിന്തകൾ അയാളുടെ തലച്ചോറിലൂടെ

പാഞ്ഞുപോകുന്നതും ഇന്നത്തെ ഈ

യാദൃശ്ചികാവസ്ഥയിൽ സ്വയം ഖേദിക്കുന്നതും

അനന്തൻമാഷിന്റെ തുറക്കാൻ പാടുപെടുന്ന

കണ്ണിലും ചുവന്ന് വിളറിയ മുഖത്തും കാണാം.

മിന്നിമായുന്ന ഭാവങ്ങളിൽ എന്തിനോടൊക്കെയോ ഉള്ള ഒരു പ്രതിഷേധം ശക്തമായി പ്രതിഫലിപ്പിച്ചുകൊണ്ട് അനന്തൻ മാഷ് കുന്നിറങ്ങിക്കൊണ്ടിരുന്നു.

പൂവാംപുഴയിൽനിന്നുവരുന്ന കാറ്റിന്

പാറപ്പൊത്തിലും കുറ്റിക്കാട്ടിലും ഒളിച്ചുവെച്ച

വാഷിന്റേയും റാക്കിന്റേയും മണമായിരുന്നു.

"എന്താമാഷേ, ഇന്ന് കുറേ ഓവറാണല്ലോ....!"

പാണ്ടിക്കുന്നിലേക്ക് നാടൻ ചാരായമടിക്കാൻ കയറുന്ന മറ്റൊരു മദ്യപന്റെ സഹതാപം.

“ങ്ഹാ... ഇന്നിത്തിരി കൂടുതലാ...

എന്താണെന്നറിയില്ലേ നിനക്ക്...?”

കണ്ണി ചിമ്മിത്തുറന്നുകൊണ്ട് മാഷ് പിന്നെയും പിന്നെയും അയാളെ നോക്കി. എന്നിട്ട് വീണ്ടും ചോദിച്ചു:-

“നീ... ഒന്നും അറീല്ല... ല്ലേ...? ആ വീരേന്ദ്രൻ

ഇന്നരെ വീണ് മരിച്ചേല്ല...! ആരോ കൊന്ന്

കൊണ്ടിട്ടതാ...! ഞാൻ ആദ്യമായിട്ടാ മ്മളെ

നാട്ടിലെ ഇങ്ങനെയൊന്ന് കാണുന്നേ...!

കൊലപാതകികളോടുള്ള കടുത്ത വെറുപ്പ് മാഷെ മുഖത്തെ ഭാവ ചേഷ്ടകളിൽ പ്രകടമായിരുന്നു. പിന്നെ ഒരു പിറുപിറുക്കലായിരുന്നു... ആത്മാവിനോട് പറയും പോലെ:-

“ഇതിനായിരുന്നോ ഇത്രയും കാലം ഞാനിവരെ

തത്വശാസ്ത്രങ്ങളും നീതിശാസ്ത്രങ്ങളും പഠിപ്പിച്ചത്?”

മറുപടി ഒന്നും പറയാതെ അയാൾ പാണ്ടിക്കുന്നിലേക്ക് കയറിപ്പോയി.

മാഷ് കുന്നിൻ ചെരുവിലൂടെ തെരുവിലേക്കിറങ്ങി.

അപ്പോൾ അതിലെ ഒരു മൗനജാഥ കടന്നുപോകുന്നുണ്ടായിരുന്നു.

പരേതാത്മാവിന് നിത്യശാന്തിനേർന്നുകൊണ്ട് അനന്തൻ മാഷ് ജാഥയെ നോക്കി മിണ്ടാതെ നിന്നു.

പൂവാം പുഴയ്ക്ക് മീതെ ചുവന്ന സൂര്യന്റെ

അസ്തമയപ്രഭ പരക്കുന്നത് അനന്തൻമാഷ് കണ്ടു.

ചിത ഒരു ഉത്തരംകൂടിയാണ്

അവർ അങ്ങിനെയാണ് അവനെ വളർത്തിയത്.
അവൻ അവരുടെ വാക്കുകൾ
അങ്ങിനെതന്നെ അകത്താക്കി.
അവന്റെ വായിൽ നിന്നും ആ വാക്കുകൾ
ചീത്തയായും തെറിയായും ഒരു ഛർദ്ദിപോലെ
ശത്രുപക്ഷത്തിന്റെ മുഖത്തേക്ക് തെറിച്ചു!
ആ വാക്കുകൾ അവന്റെ ഉശിരുള്ള
കൈകാലുകളിലൂടെ, മദ്യലഹരിയിലൂടെ
തെരുവിൽ തല്ലായും തൊഴിയായും
രൂപാന്തരപ്പെട്ടു.
അങ്ങിനെ അങ്ങിനെ അവൻ,
അവരുടെ ശത്രുപക്ഷത്തെ എതിർക്കാനുള്ള
മൂർച്ചയേറിയ ആയുധമായി.
ന്യായമായ വിമർശനങ്ങളെപ്പോലും അവർ ഈ
ആയുധം ഉപയോഗിച്ച് നേരിട്ടു.
അവന്റെ അക്രമങ്ങളിൽ ഒരുപാട് അമ്മമാരുടേയും
ഭാര്യമാരുടേയും സഹോദരീസഹോദരൻ-
മാരുടേയും കണ്ണീരൊഴുകി!
ഗുരുക്കന്മാരെപ്പോലും വെറുതെ വിട്ടില്ല...!
അങ്ങിനെ അവന്റെ ചുവന്ന കണ്ണും
കത്തിമുനയും നാടിനെ വിറപ്പിച്ചുകൊണ്ടേയിരുന്നു.
അവൻ പിന്നെയും വളർന്നു. വളർന്ന് വളർന്ന്
അവരുടെ അക്രമങ്ങളേയും അനീതിയേയും
അന്യായങ്ങളേയും ചോദ്യം ചെയ്യാൻ
പാകമായപ്പോൾ,
അവർ അവനൊരു ചിതയൊരുക്കി!

അരുന്ധതി ഇപ്പോഴും കരഞ്ഞുകൊണ്ടേയിരിക്കുന്നു...

ഇന്ന് പതിനൊന്നാം ദിവസം. ചാവടിയന്തിരം കഴിഞ്ഞ് ബന്ധുക്കളൊക്കെ പിരിഞ്ഞു. തെക്കേ പറമ്പിലെ എരിഞ്ഞടങ്ങിയ ചിതയിലേക്ക് നോക്കി ജനലഴിയും പിടിച്ച് അരുന്ധതി നിന്നു. അഴിഞ്ഞ മുടി കാറ്റത്ത് അലസമായി പാറിക്കൊണ്ടിരുന്നു. കൺതടങ്ങളിൽ കണ്ണീർക്കറ പറ്റിനിന്നു.

യാത്രചോദിക്കാൻ വന്നവരെ അരുന്ധതി കണ്ടോ, ആവോ...?

പടിയിറങ്ങിയവരുടെ അടക്കിപ്പിടിച്ച തേങ്ങലുകൾ ഇടവഴികളിലൂടെ അകന്നുപോയി.

മുറ്റത്തിന്റെ തെക്കേ കോണിൽ വാടിച്ചുരുങ്ങിയ നാക്കിലയിൽ കാക്കകൾ തിന്ന് ബാക്കിയായ ബലിച്ചോറും കറുകയും ചിതറിക്കിടന്നു.

അകത്ത് അരുന്ധതിയുടെ വരണ്ട തൊണ്ടയിൽ നിന്ന് മുറിഞ്ഞ് മുറിഞ്ഞ് വീഴുന്ന അതിദയനീയമായ കരച്ചിൽ പൊട്ടിയ ബോംബിൽ നിന്നും തെറിച്ച കുപ്പിച്ചില്ലുകളേക്കാൾ മൂർച്ചയോടെ കരളിൽവന്നു തറച്ചു.

ചന്ദ്രമോഹൻ കോണിപ്പടിയിറങ്ങുമ്പോൾ ഒന്ന് കൂടെ തിരിഞ്ഞു നോക്കി -

'അനിരുദ്ധാ...'

'നീ ഇല്ലാതെ ഞാനിനി ഒറ്റയ്ക്ക്...'

'അടുത്ത ഇര...?'

'എനിക്കെന്തോ ഒരു പേടി...!'- അയാളുടെ മനസ്സ് മന്ത്രിച്ചു.

ഇടവഴിയിലിപ്പോഴും ഗന്ധകത്തിന്റെ മണം അലഞ്ഞുതിരിയുന്നുണ്ടെന്ന് അയാൾക്ക് തോന്നി.

നേരെ ചെന്നത് കരുണന്റെ ചായക്കടയിലേക്കാ. അവിടെ നാലഞ്ച് ചെറുപ്പക്കാർ മേശയ്ക്കിരുപുറവുമായി പത്രത്തിലേക്ക് നോക്കി ഇരിക്കുന്നുണ്ടായിരുന്നു.

ചന്ദ്രമോഹൻ അതെന്താണെന്നെത്തിനോക്കി. പതിനൊന്നാം ചരമദിനം എന്നെഴുതിയതിന്റെ അടിയിൽ അനിരുദ്ധന്റെ ഫോട്ടോ. കുറേ നേരം അത് നോക്കിനിന്നശേഷം അയാൾ ആരോടും മിണ്ടാതെ ഇറങ്ങിപ്പോയി.

ആളുകൾ വന്ന് പലതും പറഞ്ഞിരിക്കാറുണ്ടായിരുന്ന നാരാണേട്ടന്റെ ചായക്കടയിലും, കിട്ടൻനമ്പ്യാരുടെ പലചരക്ക് കടയിലും, ബ്ലാക്കിൽ മദ്യം വിൽക്കുന്ന ചാലിക്കണ്ടി ചാത്തൂന്റെ കടയിലും ആളുകൾ വീണ്ടും അതുമിതും പറഞ്ഞിരിക്കാൻ തുടങ്ങിയിരിക്കുന്നു.

കശ്മലരുടെ ഒളിസങ്കേതങ്ങളായ ഇടവഴികളിലൂടെയുള്ള നടത്തം ഭയവിഹ്വലതകളേറ്റി -

ജീവനോടുള്ള സ്നേഹം വർദ്ധിക്കുകയായിരുന്നു അയാളിൽ.

ഒരമ്മയ്ക്ക് മക്കളുടെ മരണം പൊറുക്കാനാവുന്നതല്ലല്ലോ. കണ്ണെത്താദിക്കിലായാലും ജീവിച്ചിരിപ്പുണ്ടെന്നറിയുന്നത് മാതൃഹൃദയത്തിന് ശാന്തി പകരും.

അയാൾ ഒരു ദീർഘ യാത്രയ്ക്ക് ഒരുങ്ങുകയായിരുന്നു.

'അമ്മേ, തൽക്കാലം പൊറുക്കുക.'

തിരക്കേറിയ നഗരത്തിലെ ആൾക്കൂട്ടത്തിലൊരുവനായി ചന്ദ്രമോഹൻ നിന്നു.

ജാഥ അടുത്തെത്തിയിരുന്നു.

"ഇൻക്വിലാബ് സിന്ദാബാദ്

വർദ്ധിപ്പിച്ച പെട്രോൾ വില കുറയ്ക്കുക

കാർഷിക കടങ്ങൾ എഴുതിത്തള്ളുക

അമ്പലങ്ങളെ സമരഭൂമികളാക്കാതിരിക്കുക

സ്ത്രീ പീഡനം അവസാനിപ്പിക്കുക"

മുഷ്ടി ചുരുട്ടി മുദ്രാവാക്യം വിളിച്ചുകൊണ്ട് ഒരു നീണ്ട നിര കടന്നു പോയി.

അധികാരക്കസേരകൾ സ്വന്തമാക്കാനായി വിളിക്കുന്ന (വിളിപ്പിക്കുന്ന) ഈ മുദ്രാവാക്യങ്ങളിൽ എന്നെപ്പോലുള്ളവരുടെ ആർത്ത നാദങ്ങൾ മങ്ങിമായുന്നല്ലോ...!

നമ്മുടെ കാടും മലയും, കുടിനീരും കുറുന്തോട്ടിയും വിദേശിക്ക് പണയം വെച്ച രാഷ്ട്രീയദല്ലാളപ്പണിക്കാരെക്കുറിച്ച് എന്ത് പറയാൻ...!

ആത്മസത്ത പണയം കൊടുത്ത് മെയ്ഡ് ഇൻ ചീന, മെയ്ഡ് ഇൻ ജപ്പാൻ, മെയ്ഡ് ഇൻ യു.എസ്.എ-കൾ ഉപയോഗിക്കുന്നതിൽ നമുക്കഭിമാനമുണ്ടല്ലോ...!!

പാവം ഗാന്ധി..!

- ഇത്രയും നേരം ചന്ദ്രമോഹൻ ആൾക്കൂട്ടത്തിൽ തനിച്ചായിരുന്നു.

ആരവങ്ങളിൽനിന്ന് രക്ഷപ്പെട്ട് ബുദ്ധിമുട്ടി രാത്രി കിടക്കാൻ ഒരു മുറി തരപ്പെടുത്തി. ഭക്ഷണം കഴിച്ചുവന്ന് ജാലകത്തിനടുത്തിരുന്ന് ഒരു ബീഡി യെടുത്ത് കത്തിച്ചു വലിച്ചു.

നീലനിലാവിൽ നഗരം മനോഹരിയായി. മഞ്ഞലകൾ കടൽക്കാറ്റിൽ അലസമായലഞ്ഞു.

മുറിയിൽ ഫാനിന്റെ കിതപ്പ് മാത്രം.

ചന്ദ്രമോഹൻ ബീഡി കുത്തിക്കെടുത്തി.

കറങ്ങുന്ന ഫാൻ നോക്കിക്കിടന്നു.

അനിരുദ്ധന്റെ അവസാന പിടച്ചിൽ അയാളുടെ കൺമുമ്പിൽ വീണ്ടും തെളിഞ്ഞു.

അയാൾക്ക് ഉറക്കം വന്നില്ല.

എന്റെ ഈ യാത്ര എങ്ങോട്ടാണ്...?

എവിടെയാണ് രക്ഷാസ്ഥാനം...?

ആരാണ് രക്ഷകൻ...?

ഇപ്പോഴും അരുന്ധതി കരയുകയാണോ...?

ഉത്തരം കിട്ടാത്ത ചോദ്യങ്ങൾക്കിടയിൽ അടുത്ത ഫൈവ്സ്റ്റാർ ഹോട്ട ലിലെ കാബറെ സംഗീതം ജാലകപ്പഴുതിലൂടെ അകത്തേക്ക് കയറി. ചന്ദ്ര മോഹൻ ജാലകപ്പോളകൾ അടച്ചു.

ഒരു നീണ്ട യാത്രയ്ക്ക് ശേഷം ചന്ദ്രമോഹൻ ഹിമാലയ സാനുവിലാ ണെത്തിയത്. പണ്ട് തിരുനെല്ലിക്കാട്ടിലെ ഒളിപ്പോർ വിട്ട് ആത്മീയതയി ലഭയം തേടിയ വിപ്ലവകാരി മനുപ്രസാദിന്റെ വീട്ടിൽ. അവിടെനിന്ന് അയാൾ അമ്മയ്ക്കെഴുതി :-

"പ്രിയപ്പെട്ട അമ്മേ,

ക്ഷമിക്കണം. അവിടെ നിൽക്കാൻ പറ്റാത്തതുകൊണ്ടാണെന്നമ്മയ്ക്ക റിയാമല്ലോ. ഞാനിങ്ങ് വളരെ ദൂരെയാണ്. പേടിക്കാനൊന്നുമില്ല. അരുന്ധതി എങ്ങിനെയിരിക്കുന്നു? നാട്ടുവിശേഷമറിയിക്കുമല്ലോ. ഒരു നാൾ ഞാൻ തിരിച്ചുവരും; വാളുകൾ ഉറയിലിടും കാലം. നിർത്തട്ടെ.

സ്നേഹപൂർവ്വം,

ചന്ദ്രമോഹൻ

"അധികാര ഭ്രാന്ത് പിടിച്ച ജാതിമത രാഷ്ട്രീയക്കാർക്കിടയിൽ നിന്ന് ഇവിടുത്തേക്ക് രക്ഷപ്പെട്ടത് ഒരിക്കലും ഒരു ഒളിച്ചോട്ടമല്ല, ചന്ദ്രമോഹൻ. ജാതിമതമേധാവിത്വത്തെ നീ ഭയപ്പെടണം. പക്ഷേ, കുത്താൻ വരുന്ന പോത്തിനോട് വേദമോതിയിട്ടെന്ത് കാര്യം?"

മനുപ്രസാദിന്റെ വാക്കുകൾ ചന്ദ്രമോഹന് ആശ്വാസമായി.

ഹരിദ്വാറിൽനിന്ന് ശരത് വില്ലയിൽ തിരിച്ചെത്തിയ അന്നുതന്നെ ചന്ദ്രമോഹന് അമ്മയുടെ എഴുത്ത് വന്നു -

"മോനേ ചന്ദ്രാ...,

നീ എന്നെ പേടിപ്പിച്ചുകളഞ്ഞല്ലോ!

അനിരുദ്ധന്റെ ചാവടിയന്തിരത്തിന് പോയതല്ലേ നീ. ആരോടെങ്കിലും എന്തെങ്കിലും ഒന്ന് പറയാമായിരുന്നില്ലേ? ങാ... സാരമില്ല. കണ്ണെത്താ ദൂരത്താണെങ്കിലും ജീവനോടെ ഇരിപ്പുണ്ടല്ലോ...! ഈ അമ്മയ്ക്കതുമതി.

നീ പോയശേഷവും ഇവിടെ ഒരുപാട് ദുരന്തങ്ങൾ നടന്നു. എങ്ങന്യാ ഞാനതറീക്യാ....

-നിന്റെ രാമനാഥനെ അവർ.... ഇന്നലെ സഞ്ചയനമായിരുന്നു. ആ കൊച്ചുങ്ങടെ കരച്ചിൽ കേൾക്കാൻ വയ്യ.

-സേവാസമിതിക്കാരൻ ഗംഗാധരൻ കിടാവ് മെഡിക്കൽ കോളേജിലാ. ഇച്ചിരി സീര്യസാന്നാ കേട്ടത്. കാണേണ്ടോരോടൊക്കെ ചെല്ലാമ്പറഞ്ഞിക്ക്. ബോംബ് പൊട്ടീതാ - അമ്പലത്തോട്ടിന്നടുത്തീന്ന്.

-പിന്നെ കുഞ്ഞിക്കണ്ണൻ വൈദ്യരെ മോളെ കൊറേ ചെക്കൻമാര് ചേർന്ന് നശിപ്പിച്ചു. ആ പെണ്ണ് തൂങ്ങിച്ചത്തിറ്റ് അഞ്ചെട്ട് ദെവസായി. അതിന്റെ പേരില് തോട്ടുമ്മലെ ബശീറിനെ, ഇന്നലെ പള്ളീന്നെറങ്ങുമ്പം ആരൊക്കെയോ കൂടി വെട്ടിക്കൊന്നു. ഇപ്പം കുഴിച്ചിട്ട് കാണും. നാട്ടില് മുക്കിലും മൂലേലും ഒക്കെ പോലീസും പട്ടാള്ാ. ഇന്തുവായിട്ടും മാപ്പിളയായിട്ടും നടക്കാൻ പറ്റാത്ത കാലം. ചെറുപ്പക്കാരൊക്കെ എങ്ങോട്ടോ പോയി. നീ ഇപ്പോന്നും വരണ്ട. നാട് മരവിച്ചിരിക്ക്യാ....ങാ... നീ അരുന്തതീനെപ്പറ്റി ചോദിച്ചില്ലേ -

-അവളിപ്പോം കരഞ്ഞുകൊണ്ടേയിരിക്യാ...!"

-അമ്മ"

പരിണാമം

ഒടുവിൽ അനന്തുവിന്റെ തിരോധാനം നാട്ടുകാരുടെ ഭാഷയിൽ 'സ്വാഭാവികം' ആയി ലളിതവൽക്കരിക്കപ്പെട്ടു.

കഷ്ടം! എനിക്കറിയുംപോലെ നാട്ടുകാർക്ക് അവനെ അറിയില്ലല്ലൊ. പലരുടേയും സ്വാർത്ഥതയും സങ്കുചിതത്വവും സമർത്ഥിക്കാൻ ഒരു കുറുക്കുവഴി സാധാരണമാണല്ലൊ.

നഷ്ടപ്പെട്ട ചോരത്തുള്ളിയെ തേടിയുള്ള എന്റെ ഈ യാത്രയ്ക്ക് അന്ത്യമെവിടെയാണെന്നോർത്ത് ഞാൻ വ്യാകുലപ്പെട്ടു.

തണുത്ത സന്ധ്യയുടെ മുഖം മഞ്ഞിന്റെ ചാരനിറമുള്ള പുതപ്പുകൊണ്ട് മൂടി. ആകാശത്തിൽ നക്ഷത്രങ്ങൾ കണ്ണുതുറന്നു തുടങ്ങി. പട്ടണത്തിൽ ദീപങ്ങളും.

തലചായ്ക്കാനിടത്തിനായി കടകളടയ്ക്കുന്നതും കാത്ത് യാചകർ ഇരുന്നു. തിരക്കിലൂടെ വലിഞ്ഞിഴയുന്നതിനിടയിലും കണ്ണുകൾ അനന്തുവിനെ പരതുകയായിരുന്നു. എന്റെ കണ്ണുകൾ അപ്പോൾ ഒരു യന്ത്രം കണക്കെ പ്രവർത്തിക്കാൻ പഠിച്ചിരിക്കുന്നു.

ദൂരയാത്രയ്ക്കുള്ള പുറപ്പാടുമായി വണ്ടിയും കാത്ത് യാത്രക്കാർ അവിടവിടെ കൂട്ടംചേർന്ന് നിന്ന് എന്തൊക്കെയോ നേരം പോക്ക് പറയുകയാണ്. വെയിറ്റിംഗ് റൂമിലെ ആളൊഴിഞ്ഞ കോണിലെ ചാരുബെഞ്ചിൽ ഞാനെന്റെ തോൾസഞ്ചി മാറ്റിവെച്ചു. ക്ഷീണം തീർക്കാൻ അല്പനേരം ചാരിയിരുന്നു.

പോളകളില്ലാത്ത ജനൽപഴുതിലൂടെ തണുത്തകാറ്റ് ചീറിവന്നു. സഞ്ചിയിൽ നിന്ന് ഒരു ബീഡി തപ്പിയെടുത്ത് തീ കൊളുത്തി. അപ്പോഴാണ് മുറിയുടെ മറ്റേ കോണിലിരിക്കുന്ന ചെറുപ്പക്കാരനെ കാണുന്നത്. തണുപ്പറിയാതെ, പ്ലാറ്റ്ഫോമിലെയും വെയിറ്റിംഗ് റൂമിലേയും നേരംപോക്കുകൾ അറിയാതെ. പിന്നാമ്പുറത്തെ കുറ്റിക്കാട്ടിന്റെ മറവിലെ തെരുവുവേശ്യകളുടെ വിലപ്പെട്ട ശീൽക്കാരങ്ങളറിയാതെ ഒരാൾ. കണ്ണും കരളും പുസ്തകത്തിൽ പറിച്ചുനട്ട ഒരാൾ.

എന്നിൽ തിരിച്ചറിയാനുള്ള വ്യഗ്രത. അനന്തുവിനെപ്പോലെ! അല്ല അനന്തുതന്നെയോ! അവനും ഇങ്ങനെയായിരുന്നു. വായന, അവസാനിക്കാത്ത വായന. ഊണും ഉറക്കവും മറന്ന വായന. നിലാവുള്ള രാത്രികളിൽ പുഴക്കരെ ഇരിക്കുമ്പോൾ അവൻ പറയാറുണ്ടായിരുന്നു.

'അക്ഷരം അഗ്നിയാണ്, അറിവ് നക്ഷത്രങ്ങളും. നക്ഷത്രങ്ങളെ എത്തിപ്പിടിക്കാൻ പറ്റില്ല. ആ നക്ഷത്രങ്ങളാവട്ടെ നമ്മുടെ ലക്ഷ്യം'.

ആ അനന്തുവിനെ ഞങ്ങൾക്കെങ്ങിനെ നഷ്ടപ്പെട്ടു? എവിടെയാണവൻ വഴുതിപ്പോയത്?

കെട്ടുപോയ ബീഡി കത്തിക്കാൻ ശ്രമിക്കുമ്പോഴാണ് ഇപ്പോൾ അയാൾ അവിടെയില്ലാത്തത് ഞാനറിഞ്ഞത്. പുറത്ത് ഏതോ വണ്ടി സ്റ്റേഷൻ വിട്ടകലുന്ന ശബ്ദം. പ്ലാറ്റ്ഫോമിലേക്കിറങ്ങി ഒരു ചൂട് ചായ കഴിച്ചപ്പോൾ തണുപ്പിനല്പം ശമനം കിട്ടി.

വണ്ടി വരാറായെന്ന സൂചനയെന്നോണം യാത്രക്കാർ പെട്ടികളും ഭാണ്ഡങ്ങളും എടുത്തൊരുങ്ങി. മഞ്ഞ് വകഞ്ഞുമാറ്റി വണ്ടി വന്നു. തണുപ്പ് വകവെക്കാതെ വണ്ടി കുതിച്ചു. ഉറങ്ങുന്നവർ ഉറങ്ങിക്കൊണ്ടേയിരുന്നു. വെളുപ്പാൻകാലത്ത് വണ്ടിയിറങ്ങുംവരെ കണ്ണുകൾ അനന്തുവിനെ തിരയാൻ മറന്നില്ല.

വിഫലമായ ശ്രമങ്ങൾ! കലക്ട്രേറ്റിൽ എത്തുമ്പോൾ വെയിലിന് ചൂട് പിടിച്ചിരുന്നു. ആകാശത്ത് മുഷ്ടി ചുരുട്ടിയ ചെറുപ്പക്കാരുടെ നിര ഒരു മതിലായിരൂപാന്തരപ്പെട്ട് കലക്ട്രേറ്റിനെ വളഞ്ഞിരിക്കുകയായിരുന്നു.

കൊടികളും പ്ലക്കാർഡുകളുമുണ്ടവരുടെ കയ്യിൽ. ആവേശോജ്ജ്വലമായ മുദ്രാവാക്യങ്ങൾ, വവ്വാലുകളെപ്പോലെ പറന്ന് പറന്ന് ഗോപുരങ്ങളുടെ മോന്തായത്തിൽ തട്ടി വീണു.

പൊടുന്നനെ എന്റെ കണ്ണുകൾ യാത്രോദ്ദേശത്തെ ഓർമ്മപ്പെടുത്തി. താടി നീട്ടി വളർത്തിയ ആ ചെറുപ്പക്കാരൻ അനന്തുവെപ്പോലെ ഇരിക്കുന്നല്ലോ. ആവേശത്തോടെ മുദ്രാവാക്യം വിളിക്കുന്ന അവൻ അനന്തുതന്നെയല്ലെ?

അവനും ഇങ്ങിനെത്തന്നെയായിരുന്നു. പണ്ട് ഞങ്ങളോടൊപ്പം സമയാസമയങ്ങളിൽ രാഷ്ട്രീയ പ്രവർത്തനം നടത്തിയ ധീരനായ ചെറുപ്പക്കാരനെക്കുറിച്ചുള്ള സ്മരണ, ആവർത്തിച്ചു വായിച്ച ഒരു പുസ്തകത്താളെന്നപോലെ മുന്നിൽ തെളിഞ്ഞു. പ്രവർത്തന നിരതമായ കാലങ്ങളിൽ ഞങ്ങളുടെ ആവേശം അനന്തുവായിരുന്നു. രാഷ്ട്രീയ പഠന ശിബിരങ്ങളിൽ അവൻ പറയുമായിരുന്നു

"നമുക്ക് വേണ്ടത് നല്ലൊരു രാഷ്ട്രശില്പിയാണ്. നമുക്കയാളെ കണ്ടെത്താം" എന്ന്.

എന്നിട്ട്..... എന്നിട്ടവനെ നഷ്ടപ്പെട്ടു?

ആ നേതാവിനെ തിരിച്ചറിയാതെ വയ്യ. അവർ പിരിയുന്നതും കാത്ത് കലക്ട്രേറ്റിന്റെ ചോലവീണ കോണിൽ ഞാനിരുന്നു. പക്ഷേ, ഒരു പോലീ

സുകാരൻ വന്ന് നിന്നതും ലാത്തിയേന്തിയ പോലീസുകാർ ഇറങ്ങി ആ ചെറുപ്പക്കാരെ അടിച്ചോടിച്ചതും, അതിന്റെ തുടർച്ചയെന്നോണം ദേശീയ പതാക കെട്ടിയ ഒരു കാർ ഗെയ്റ്റ് കടന്ന് അകത്തളത്തിലേക്ക് കയറി യതും ഗെയ്റ്റ് അടഞ്ഞതും പെട്ടെന്നായിരുന്നു.

വിഫല ശ്രമങ്ങളിൽ തളരാതെ ഞാനെന്റെ അന്വേഷണങ്ങൾ തുടർന്നു. സായാഹ്ന പത്രത്തിലെ വാർത്തയറിഞ്ഞ് ആശുപത്രിയിലെത്തുമ്പോൾ കൂട്ടക്കരച്ചിലായിരുന്നു. മരച്ചില്ലകളിൽ മഞ്ഞുതുള്ളിക്കു പകരം നോവിന്റെ നനവായിരുന്നു.

മുഖം കുനിച്ച് തിരിച്ചു പോരുമ്പോൾ ബോംബേറിൽ ചീന്തിനുറുങ്ങിയ യൗവനങ്ങളും വെടിയുണ്ടകൾ തുളച്ചുകീറിയ ഹൃദയങ്ങളുടെ ബീഭത്സ മായ ചിത്രങ്ങളും കൂട്ടിനുകിട്ടി. ആശാഭംഗം വന്ന യൗവനങ്ങളുടെ നൊമ്പരം തീർത്ത പ്രതികാരം!

പിന്നെ മരവിപ്പായിരുന്നു. ശ്മശാനങ്ങളിലും പള്ളിപ്പറമ്പിലും സെമി ത്തേരികളിലും കയറി ഞാനെന്റെ സഹജീവികളുടെ അന്ത്യയാത്രയ്ക്ക് സാക്ഷ്യം വഹിച്ചു.

തിരിച്ചുപോരും വഴി പട്ടണമധ്യത്തുള്ള മൈതാനത്തിൽ ഒരാൾ ക്കൂട്ടംകണ്ടു. പൊട്ടിച്ചിരിക്കുന്നവരും ആർത്തുകൂവുന്നവരും നിറഞ്ഞ ആൾക്കൂട്ടം. എന്തെന്നറിയാൻ ഞാൻ അങ്ങോട്ടു ചെന്നു.

ആൾക്കൂട്ടത്തിന്റെ ആരവം ഉച്ചസ്ഥായിയിലെത്തി. പെട്ടെന്ന് നിന്നു. ഞാൻ തിക്കിത്തിരക്കി ആളുകൾക്കിടയിലൂടെ നോക്കി. ഇപ്പോൾ മൊട്ടു സൂചി വീണാൽ കേൾക്കാവുന്ന നിശ്ശബ്ദതയാണ്. കത്തിച്ചുവെച്ച പന്ത ത്തിന്റെ വെളിച്ചത്തിൽ ഞാനയാളെ കണ്ടു.

ഒരു ജാലവിദ്യക്കാരൻ!

അയാൾ ഭാണ്ഡത്തിൽ നിന്ന് എന്തോ എടുക്കുകയാണ്. ആൾക്കൂട്ടം ആകാംക്ഷാഭരിതരാണ്. കയറിൽ കെട്ടിത്തൂക്കിയ കുറേ മനുഷ്യത്തല യോട്ടികൾ അയാൾ ഭാണ്ഡത്തിൽ നിന്നും പൊക്കിയെടുത്തു. അത് ഉയർത്തിപ്പിടിച്ചു. പിന്നെ കഴുത്തിലിട്ട് പൊട്ടിച്ചിരിച്ചു.

അയാൾ വീണ്ടും ഭാണ്ഡം പരതി. ഇപ്പോൾ അയാൾ എടുത്തത് അസ്ഥികളാണ്. അവ രണ്ടുകൈകളിലാക്കി ആകാശത്തേക്ക് നീട്ടിപ്പിടിച്ചു. പിന്നെ അവ തമ്മിലടിച്ച് താളം ചവിട്ടിത്തുടങ്ങി. ഉച്ചത്തിൽ പൊട്ടിച്ചിരിച്ചു.

ചിരിക്കുശേഷമയാൾ പരുപരുത്ത ശബ്ദത്തിൽ പാടി. ഉച്ചത്തിലുച്ച ത്തിൽ പാടി. ആളിക്കത്തിയ പന്തത്തിന്റെ ചുവന്ന വെളിച്ചത്തിൽ അയാ ളുടെ മുഖം ശരിക്കും ഞാൻ കണ്ടു.

അനന്തു!

അവൻ പടവുകളിറങ്ങി. പട്ടണം വിട്ടു നടന്നു. ഗ്രാമം കടന്ന് അകലെ വയൽവരമ്പിലൂടെ അക്കരെ, അതിനുമപ്പുറം, കാട്ടിലേക്ക്, കാടിനുള്ളിലേക്ക്.

ഇപ്പോൾ അയാളെ തീരെ കാണാനില്ല.

അവർ

പുലി ഇറങ്ങുന്നെന്ന് കേട്ടപ്പോൾ തന്നെ
പേടിയായിരുന്നു.
പലയിടങ്ങളിലായി ഒറ്റപ്പെട്ടു കിടക്കുന്ന
ചങ്കൂറ്റമുള്ളവരെ ഒരുമിപ്പിക്കുകയാണ്
ഞാനാദ്യം ചെയ്തത് -പുലിയെ നേരിടാൻ.
പിന്നെ, ഞാനവർക്ക് പുസ്തകങ്ങളും
മാർഗ്ഗനിർദ്ദേശങ്ങളും കൊടുത്തു പഠിപ്പിച്ചു.
വാളും കുന്തവും കൊടുത്തു-
തോക്കും ബോംബും, ഒളിയിടങ്ങളിലുള്ള
പരിശീലനങ്ങളും ഞാനവർക്ക് കൊടുത്തു.
കാലാന്തരത്തിലൂടെ പലതരം പുലികളെക്കുറിച്ചും
അവയെ കീഴ്പ്പെടുത്തേണ്ട
മാർഗ്ഗങ്ങളെക്കുറിച്ചും അവർ പഠിച്ചു.
അതോടൊപ്പം ഞാനും പഠിച്ചു പലതും -
പുതിയ സ്വപ്നങ്ങൾ കാണാനടക്കം.
മാറിമാറി വന്ന പുലരികളൊന്നിൽ
മുട്ട് കേട്ട് ഞാൻ വാതിൽ തുറന്നു.
അവർ !!!
അവരുടെ ആദ്യവെട്ടിൽ തന്നെ
ഞാൻ വീണുപോയി?

അടയാളപ്പെട്ടവൻ

പാലത്തിന്റെ കൈവരിയും പിടിച്ച് അയാൾ പടിഞ്ഞാറോട്ട് നോക്കി കുറേ നേരം ചിന്തയിലാണ്ടുനിന്നു.

അന്നു പതിനെട്ട് വയസ്സായി കാണും. സൂര്യോദയത്തിന് മുമ്പ് അമ്മത്ക്കാ തുഴഞ്ഞ തോണിയിലൂടെയുള്ള എന്റെ അവസാനത്തെ തോണിയാത്ര.

ആ കടവ് എവിടെയാണെന്ന് ഇപ്പോൾ തിരിച്ചറിയാനാവുന്നില്ല. അമ്പത് വർഷത്തിലേറെയായില്ലേ ഇവിടം വിട്ടിട്ട്!

നല്ലൊരു കാറ്റ് കൈവരിയും കടന്ന് കിഴക്കോട്ട് പറന്നുപോയി.

നാടാകെ മാറിപ്പോയിരിക്കുന്നു!

ജന്മനാട്ടിലേക്കുള്ള ഈ തിരിച്ചുവരവിന്റെ ഉദ്ദേശം ഇപ്പോഴും എനിക്ക് വ്യക്തമല്ല.

കുറ്റബോധം...?

പശ്ചാത്താപം...?

ഇല്ല, അറിയില്ല...!

കിഴക്കൻ മലവെള്ളം പാലത്തിനടിയിലൂടെ ഒഴുകി പടിഞ്ഞാറോട്ടേക്ക് പാഞ്ഞു.

ഉള്ളിലെ ആശങ്ക കർക്കടകമേഘം പോലെ ഇരുണ്ടും തെളിഞ്ഞും കലഹിച്ചു.

എന്നെ തിരിച്ചറിയുമോ...?

ഇല്ല. ആരും എന്നെ കണ്ടിരുന്നില്ല. നല്ല ഇരുട്ടായിരുന്നു. അമ്പലത്തിലെ എല്ലാ ചിരാതും അണഞ്ഞ സമയം. തോണിക്കടവിൽ നേരം വെളുക്കും വരെ ഒറ്റയ്ക്കുതന്നെയായിരുന്നു - കളവുമുതലും തലയ്ക്ക് വെച്ച് ഉറങ്ങിയും ഉറങ്ങാതെയും.

അക്കരെനിന്നുള്ള വിളികേട്ടിട്ടാവണം അന്ന് അമ്മത്ക്ക അത്രയും നേരത്തെ തോണി കൊണ്ടുവന്നത്. അമ്മത്ക്കക്കറിയില്ലല്ലോ എന്റെ കയ്യി ലുള്ളത് കളവുമുതലാണെന്ന്.

ഇല്ല, മറ്റാരും എന്നെ കണ്ടിട്ടുണ്ടാവില്ല. ഉണ്ടെങ്കിൽ തന്നെ ഈ വൃദ്ധനെ ഈ രൂപത്തിൽ ഇപ്പോൾ തിരിച്ചറിയില്ല. ഞാൻ വെറുമൊരു സഞ്ചാരി!

ആ ചിന്ത ഒരാശ്വാസമായി തോന്നി. പുതിയൊരു ലോകത്തെത്തിയ പോലെ.

പാലത്തിലൂടെ പോകുന്ന ഓട്ടോറിക്ഷകളിലെ സംഗീതം ഇപ്പോൾ എനിക്ക് കേൾക്കാനാവുന്നു.

പുഴത്തീരത്തേയും വയലിലേയും നേന്ത്രവാഴത്തോപ്പുകളിൽ പാറി പ്പറക്കുന്ന പച്ചത്തത്തകളുടെ മനോഹര ശബ്ദം ഞാൻ കേൾക്കുന്നു.

പിന്നെ വൈകിയില്ല.

തെരുവിലേക്ക് ഒരു ഓട്ടോറിക്ഷ വിളിച്ചു. അത് പാലം കടന്ന് സ്വന്തം മണ്ണിലൂടെ പാഞ്ഞു. പരദേവതാക്ഷേത്രവും വായനശാലയും ഒഴിച്ച് ഓടുന്ന വഴികളും കാണുന്ന കാഴ്ചകളും അപരിചിതമായിത്തന്നെ തോന്നി - അരനൂറ്റാണ്ടിന്റെ ഓർമ്മപ്പഴക്കം.

വൈകുന്നേരമായിട്ടും എന്റെ സങ്കൽപ്പത്തിലുള്ള ആളുകളൊന്നും തെരുവിലില്ല. മാത്രമല്ല, ആൾപ്പെരുമാറ്റം കുറഞ്ഞ വരണ്ടുണങ്ങിയ ഒരി ടമായി തോന്നുകയും ചെയ്തു. കച്ചവടം നിലച്ച് അടഞ്ഞുപോയ കടക ളാണേറെയും. പുത്തൂക്കാട്ടിലെ ഹാജ്യാരുടെ വലിയ ചരക്ക്കട, കണ്ണേ ട്ടന്റേയും ബാലകൃഷ്ണേട്ടന്റേയും മുട്ടായി പീട്യകൾ, ചന്തോട്ടന്റെ ബാർബർ ഷോപ്പ്, ചെറിയ ചന്തോട്ടന്റെ സ്വർണ്ണപ്പീടിക, സ്വാമിയേട്ടന്റെ തറിമരുന്ന് പീടിക, നേഷണൽ ടീ ഷാപ്പ്, ഹോട്ടൽ, തുണിപ്പീട്യ.... അങ്ങിനെ പണ്ടു ണ്ടായിരുന്ന ഒന്നിനെയും കാണാൻ കഴിഞ്ഞില്ല! പോസ്റ്റോഫീസും ബാങ്കും വേറിട്ട കാഴ്ചയായി.

ചിലതിന്റെ ജീർണ്ണാവശിഷ്ടങ്ങൾ തെരുവിന്റെ പഴയ പ്രൗഢിയെ നോക്കി കണ്ണീർ പൊഴിച്ചു. തുറന്ന കടകൾ രണ്ടോ മൂന്നോ മാത്രം!

ഞാൻ അതിലൊരു മുറുക്കാൻ കടയിൽ കയറി. മുറുക്കണമെന്ന് വിചാ രിച്ചിട്ടല്ല. ആ കടയിൽ നിൽക്കുന്നവർ എന്നെ തിരിച്ചറിയുന്നുണ്ടോ എന്ന റിയാൻ മാത്രം - വെറുതെ ഒരു മുറുക്ക്!

വെത്തിലയിൽ നൂറ് തേച്ച്കൊണ്ടിരിക്കെ, പുറം ചെവികൊണ്ടാണാ പതിഞ്ഞ വർത്തമാനം കേട്ടത്. റോഡിന്റെ അപ്പുറത്തെ കടയിൽ നിന്നാ യിരുന്നു അത്.

"എടോ, ഇഞ്ഞി അയാളെ ഒന്ന് നല്ലോണം നോക്ക്യേ... ഇനിക്കയാളെ തിരിഞ്ഞിക്കോ...?"

"ങൂ...ഹും..."

"പണ്ട് വെളക്കും കട്ടിറ്റ് നാട് വിട്ടുപോയ...."

ഞാൻ വേഗം മുറുക്കാൻ വായിലിട്ട് പൈസയും കൊടുത്ത് ഒരു വലിയ കഷണം പുകയില പല്ലിടുക്കിൽ വച്ച് അവിടുന്നിറങ്ങി, വേഗം തെക്കോട്ടേക്ക് തിരിച്ചു നടന്നു.

നിലവിളികൾക്കിടയിലൂടെ ഒരാൾ

നിലവിളികൾക്കിടയിലൂടെ അയാൾ പടിയിറങ്ങി. പോലീസുകാർ ചോക്ക്കൊണ്ട് മുറ്റത്ത് അടയാളപ്പെടുത്തിവച്ചിരുന്ന ശവം കിടക്കുന്ന സ്ഥലത്തിനും രക്തം തളംകെട്ടിയ തറയ്ക്കും ചെരിപ്പുകൾ കിടന്ന സ്ഥലത്തിനും ചുറ്റുമായി നാട്ടുകാർ പേടിച്ചരണ്ട മുഖത്തോടെ നോക്കിനിൽക്കുന്നുണ്ടായിരുന്നു. വീട് ഗാഢമൗനത്തിൽ ആണ്ടുകിടക്കുന്നു.

മതിലിനപ്പുറം അടക്കം പറയുന്ന ചെറു സംഘങ്ങൾ- പപ്പനെക്കുറിച്ചുള്ള നൻമകളും പാതകം ചെയ്തവരെക്കുറിച്ചുള്ള തിൻമകളും കേട്ടുകൊണ്ട് അയാൾ നടന്നു.

പേടിച്ചരണ്ട് നിശ്ചലമായ ഇലകൾക്കിടയിലൂടെ നിലാവെളിച്ചം അരിച്ചിറങ്ങി.

പൂർണ്ണ നിശ്ശബ്ദതയോടെ ബഷീറിന്റെ ശവഘോഷയാത്ര അയാൾക്കു മുന്നിലൂടെ കടന്നുപോയി. മനസ്സിൽ യാത്രാമൊഴിചൊല്ലിക്കൊണ്ട് വിളക്കുകാലും പിടിച്ച് ബഷീറിന്റെ അവസാന യാത്രയും നോക്കി അയാൾ നിന്നു.

മരവിപ്പിൽ നിന്നുണർന്ന അയാൾ കടൽത്തീരത്തേക്ക് നടന്നു.

കടൽക്കാറ്റിന് ചോരയുടെ മണം!

കടലിന് പടയൊടുങ്ങിയ ശാന്തത!

ചക്രവാളത്തിന്റെ ഇരുളിലേക്ക് നോക്കി അയാൾ ഇരുന്നു.

ഈ ഇരുട്ടിനപ്പുറം എന്തൊക്കെ വർണ്ണങ്ങളായിരുന്നു!

സുനന്ദയുടെ സ്വപ്നങ്ങൾ...

സീനത്തിന്റെ മൈലാഞ്ചിക്കനവുകൾ...

അങ്ങിനെ.... അങ്ങിനെ...

അയാളുടെ ചിന്തകൾ വർത്തമാന കാലത്തിൽ നിന്ന് ഭൂതത്തിലേക്കും ആശങ്കാനിർഭരമായ ഭാവിയിലേക്കും മാറി മാറി പാഞ്ഞുകൊണ്ടിരുന്നു.

നേരത്തേപോയ ശവഘോഷയാത്രയ്ക്ക്ശേഷം ആ ഭാഗത്തുകൂടെ അങ്ങോട്ടോ ഇങ്ങോട്ടോ ആരും പോയതു കണ്ടില്ല. അയാൾക്ക് കൂട്ട് പേടിച്ചരണ്ട മരങ്ങളും നിഴലുകളും മാത്രം!

"പപ്പനാവാ നല്ല കാര്യത്തിനാ ഇങ്ങള് പണിയെടുക്കുന്നത്ന്ന് എനിക്കറിയാങ്കിലും ദെവസോം ഉള്ളകുത്തും കൊലേം കാണ്വേം കേക്വേം ചെയ്യുമ്പൊ നിക്ക് പേട്യാവ്ന്ന്".

"അമ്മ എന്തിനാ ഇങ്ങനെ പേടിക്കുന്നേ? ഞങ്ങള് നല്ലതല്ലേ ചെയ്യാറുള്ളൂ."

"നെനക്കങ്ങനെയൊക്കെ പറയാം... എനക്ക് ആണുംപെണ്വായിട്ട് നീയല്ലേ ഉള്ളൂ... പെറ്റ വയറിന്റെ വേദന നെനക്കറിയില്ലെടാ...."

സൃഷ്ടിച്ച വയറിന് സംഹാരം മുൻകൂട്ടി കാണാൻ കഴിയുമെന്ന്, ലഹള പൊട്ടിപ്പുറപ്പെടുന്നതിന്റെ രണ്ട് നാൾ മുമ്പ് പപ്പന്റെ അമ്മ പറഞ്ഞ വാക്കുകളിലില്ലേയെന്ന് അയാൾ അത്ഭുതത്തോടെ ഓർത്തെടുത്തു.

എല്ലാ മതങ്ങളും നമ്മെ പഠിപ്പിച്ചത് പരസ്പരം സ്നേഹിക്കാനല്ലേ....?

പിന്നെ...?

- നക്ഷത്രങ്ങളില്ലാത്ത ആകാശച്ചുവട്ടിലിരുന്ന് ചിന്തയ്ക്ക് തീ കൊടുത്തപ്പോഴാണ് ബാങ്കുവിളി കേട്ടത് - ഒരു ദുരന്ത രംഗത്തിന്റെ പശ്ചാത്തലസംഗീതംപോലെ അത് അകലങ്ങളിലേക്ക് അരിച്ചിറങ്ങി - സീനത്തിന്റെ മൈലാഞ്ചിക്കനവുകൾ ഖബർസ്ഥാനിൽ അലിഞ്ഞതുപോലെ.

റംസാൻ നിലാവുപോലുള്ള സീനത്തിന്റെ മുഖം അതുപോലെ ഇനി കാണാൻ പറ്റില്ലല്ലോയെന്ന് ഓർത്ത് അയാൾ നൊമ്പരപ്പെട്ടു. കിത്താബിനുള്ളിലൊളിപ്പിച്ചുവച്ച കത്തിലൂടെ മുഹബത്ത് കൈമാറിയതു മുതൽഅറേബ്യൻ മണലാരണ്യത്തിൽ വേർപ്പൊഴുക്കുന്ന പുതുമാപ്പിളയ്ക്ക് കടലാസിൽ കുറിച്ച മോഹങ്ങൾവരെയുള്ള നർമ്മസല്ലാപങ്ങൾ കഴിഞ്ഞ വലിയ പെരുന്നാൾ രാത്രിയിൽ സീനത്ത് പറഞ്ഞ് രസിച്ചതോർക്കുമ്പോൾ അയാളൊന്നു പിടഞ്ഞു.

പപ്പന്റെ കല്യാണ നിശ്ചയത്തിന് വന്നപ്പോൾ സീനത്ത് പറഞ്ഞിരുന്നു:

"മോന്റെ ആദ്യത്തെ പിറന്നാളാ വരാൻ പോണെ. ഞങ്ങളത് അടിപൊളിയാക്കും. തൂശനിലേല് തുമ്പപ്പൂചോറും സാമ്പാറും ഉപ്പേരിയും വലിയാപ്പടവും ഒക്കെയുള്ള ഒരു പിറന്നാള്...അതിന് ബാബുക്കയും പപ്പേട്ടനും സുനന്ദേച്ചിയും ഒക്കെയുണ്ടാവും".

പിറന്നാൾ സദ്യയ്ക്കുള്ള സാധനങ്ങൾക്കായി മാർക്കറ്റിലേക്കിറങ്ങിയതാ അന്ന് ബഷീർ.... പിന്നെ...?

ശവഘോഷയാത്ര അയാളുടെ മനസ്സിലൂടെ ഒരിക്കൽകൂടി കടന്നുപോയി.

സീനത്തിന് കാക്കത്തൊള്ളായിരം കഥകള് പറഞ്ഞുകൊടുക്കാറുള്ള രാജകുമാരൻ...

ഒടുവിലത്തെ ദുരന്തകഥയിലെ നായകനെപ്പോലെ...

– ആത്മനൊമ്പരങ്ങളുടെ തടവറയിലേക്കയാളിറങ്ങിപ്പോയി.

ശാന്തമായ കടലിനടിയിൽ കൂറ്റൻ സ്രാവുകൾ ഇരകളെ പരതി നടന്നു.

ഓർമ്മയിൽ കൂട്ടായ്മയുടെ സായന്തനങ്ങൾ തെളിഞ്ഞു –

സമാധാന റാലിക്കൊടുവിലെ തെരുവ് നാടകത്തിലെ പപ്പന്റെ വേഷം അയാളെ ആവേശഭരിതനാക്കി.

കൊമ്പൻസ്രാവുകളെ കൊല്ലാതെന്തുചെയ്യും?

പക്ഷേ, ഇത്രയും കൊമ്പൻസ്രാവുകളെ....!?

അയാൾ മറിച്ചെന്തോ തീരുമാനിച്ചുറച്ചപോലെ എഴുന്നേറ്റു.

കടലപ്പോഴും കരഞ്ഞ് കണ്ണീർ വാർക്കുകയായിരുന്നു.

വാള് രാകി മിനുക്കുന്നവരെ ചീവീടുകൾ അനുഗ്രഹിച്ചു.

അയാൾ വീണ്ടും കോണിപ്പടികയറി ആൾക്കൂട്ടത്തിന്റെ മരവിച്ച മൗന ത്തിലൂടെ നടന്ന് ഉമ്മറക്കോലായിൽ നിന്നു. പോസ്റ്റ് മോർട്ടം കഴിഞ്ഞ് ഇപ്പൊ കൊണ്ടുവന്നതേയുണ്ടായിരുന്നുള്ളൂ പപ്പനെ.... ഒത്തിരി മുറിപ്പാ ടുള്ള ആ മുഖത്ത് കൂടുതൽ നേരം നോക്കിനിൽക്കാൻ കഴിഞ്ഞില്ല – സീനത്തിന്റെ തേങ്ങലുകൾക്കിടയിലൂടെ, തൂണുംചാരി മുഖം കുനിച്ചി രിക്കുന്ന സുനന്ദക്കരികിലൂടെ, വലിയ നിലവിളികൾക്കിടയിലൂടെ പടി കളിറങ്ങി ആയുധങ്ങളില്ലാത്ത നാടും തേടി അയാൾ നടന്നു.

ശിലാചരിത്രങ്ങൾ

പണ്ടുപഠിച്ച സ്കൂളിലേക്ക് ചരിത്രാധ്യാപകനായി നിയമനോത്തരവ് കിട്ടിയപ്പോൾ ആദ്യം സന്തോഷിച്ചു. അനന്തൻമാഷെ ഓർത്തപ്പോൾ ഒരു ഞെട്ടൽ! ഒപ്പം ജാള്യതയും. അന്ന് കലാമത്സരങ്ങളിലെ വിധിനിർണയത്തിൽ അനന്തൻമാഷ് പിശകുകാട്ടി എന്ന പ്രശ്നം മുദ്രാവാക്യങ്ങളിലൂടെയും തുടർന്ന് വാക്കേറ്റങ്ങളിലൂടെയും മുറുകിവന്ന് കല്ലേറിലേക്ക് പരിണമിച്ചപ്പോൾ വിദ്യാർത്ഥി ഐക്യത്തിന്റെ മുഴുവൻ ശക്തിയുമെടുത്ത് എറിഞ്ഞ കല്ല് അദ്ദേഹത്തിന്റെ തലയിലാണ് കൊണ്ടത്.

ആൾക്കൂട്ടത്തിലേക്ക് എറിഞ്ഞത് ആരെയും ഉന്നംവെച്ചല്ലായിരുന്നു.

മഴയാണ്. സർട്ടിഫിക്കറ്റുകൾ നനയാതെ മാറോട് ചേർത്തുപിടിച്ച് വലിച്ചു നടന്നു.

സ്കൂൾ പരിസരമെല്ലാം ആകെ മാറിയിരിക്കുന്നു. പണ്ടു കളിച്ചു നടന്ന കശുമാവിൻ തോപ്പിന്റെ സ്ഥാനത്ത് കോൺക്രീറ്റ് കെട്ടിടങ്ങൾ! സ്കൂളിന് ചുറ്റുമതിൽ! എന്തൊക്കെ മാറ്റങ്ങൾ! ഈ ഉൾനാടിന്റെ മുഖഛായതന്നെ മാറിയതുപോലെ!

എനിക്ക് ആശ്ചര്യവും ആഹ്ലാദവും തോന്നി. മാറ്റങ്ങളേതുമില്ലാത്ത കേളേട്ടന്റെ കറിക്കടയിലെ എല്ലുന്തിയ തൂണുകൾ എന്നെ നോക്കി പഴയ സൗഹൃദം പുതുക്കി.

സ്കൂളിന്റെ വലിയ ഗേറ്റിനടുത്തെത്തിയപ്പോഴാണ് ചുറ്റുമതിലിനകത്തുനിന്നുള്ള മുദ്രാവാക്യങ്ങളുടെ മുഴക്കം ചെവിയിൽ വന്നലച്ചത്.

വിദ്യാർത്ഥി സമരം!

രാധികടീച്ചറെ കയറിപ്പിടിച്ച നന്ദകുമാറിനെയും കള്ളുകുടിയനായ രാകേഷിനേയും പിരിച്ചുവിടലാണ് സമരകാരണമെന്ന് പ്യൂൺ കുട്ടൻ നായർ പറഞ്ഞു. ഓഫീസ് റൂമിനു മുന്നിൽ സമരക്കാരുടെ ബഹളം. അതിനാൽ സ്റ്റാഫ് റൂമിലേക്ക് നടന്നു.

മുറിക്കുള്ളിൽ കയറി. അപ്പുറത്ത് ഗ്രേഡ്! ശമ്പള കമ്മീഷൻ! എല്ലാം ചൂടുപിടിച്ച ചർച്ചകൾതന്നെ.

ഒരു ഒഴിഞ്ഞ കസേരയിൽ ഇരുന്നു.

ഓരോരുത്തരായി പരിചയപ്പെടാൻ വന്നു.

"ഞാൻ യതീന്ദ്രൻ"

"ഫ്രം കായംകുളം."ഉത്തരം പലതവണ ആവർത്തിച്ചു. പുറത്ത് ലോങ് ബെൽ.

പിന്നെ സ്റ്റാഫ് റൂം കാലിയായത് വളരെ പെട്ടെന്നായിരുന്നു.

ഹെഡ്മാസ്റ്ററുടെ മുന്നിൽ സർട്ടിഫിക്കറ്റുകളെല്ലാം വെച്ച് പരിചയപ്പെട്ടു. പിന്നെ എന്റെ ഔദ്യോഗിക ജീവിതത്തിലെ ആദ്യത്തെ ഒപ്പിട്ടു. പുറത്തേക്കിറങ്ങിയപ്പോൾ എന്തെന്നില്ലാത്ത ഒരാനന്ദം. പടിഞ്ഞാറൻ കാറ്റിന് പതിവിൽക്കവിഞ്ഞ ഒരീർപ്പം – ഒരു സുഖം! സ്കൂൾ വിജനമായിരുന്നു. കുട്ടൻ നായരെ മാത്രം അവിടെ എവിടെയെല്ലാമോ കണ്ടു. പുറത്തിറങ്ങി നടന്നു.

ചരിത്രാധ്യാപനം മുറയ്ക്ക് നടന്നു. ഇന്ന് സ്വാതന്ത്ര്യദിനം! അസംബ്ലി നേരത്തെ തുടങ്ങി. ഹെഡ്മാസ്റ്റർ പതാക ഉയർത്തി. സ്വാതന്ത്ര്യദിനത്തെക്കുറിച്ച് ഒരു പ്രസംഗം നടത്താൻ ഹെഡ്മാസ്റ്റർ എന്നെയാണ് ക്ഷണിച്ചത്. 'സ്വാതന്ത്ര്യം' എന്ന വാക്ക്! വല്ലാത്ത ഒരു പ്രതിസന്ധി അനുഭവപ്പെട്ടു. പക്ഷേ, അൽപ്പനേരം ഒരു ചരിത്രാധ്യാപകനാവാതെ പറ്റില്ല.

പ്രഭാഷണം ആരംഭിച്ചു.

ആയിരത്തി തൊള്ളായിരത്തി നാൽപ്പത്തേഴ്..... കുട്ടികൾ കാത് കൂർപ്പിച്ച് കേൾക്കുകയായിരുന്നു. ആവേശത്തോടെ ഞാൻ തുടർന്നു: അങ്ങനെ ബ്രിട്ടീഷുകാരിൽനിന്നും നമുക്ക് സ്വാതന്ത്ര്യം... പറഞ്ഞുതീരുന്നതിന് മുമ്പുതന്നെ കൂവൽ ഉയർന്നു. അത് പിന്നെ ഉച്ചത്തിലായി. പിന്നാലെ കല്ലേറും...! ആദ്യത്തെ കല്ല് എന്റെ തലയ്ക്ക് തന്നെ കൊണ്ടു. രണ്ടാമത്തേതും. കൈകൾകൊണ്ട് തലയമർത്തിപ്പിടിച്ചു. പിന്നെയും കല്ലുകൾ വന്നുകൊണ്ടേയിരുന്നു. പഴയ അതേ കല്ലുകൾ...!

ഇരുളിനും വെളിച്ചത്തിനുമിടയിൽ

ആദ്യത്തെ അടിയിൽത്തന്നെ അയാളുടെ പാതിബോധം നഷ്ടപ്പെട്ടിരുന്നു. കണ്ണ് കലങ്ങിപ്പോയിരുന്നതിനാൽ വിവരമറിഞ്ഞെത്തിയ നാട്ടുകാരെ നിഴൽരൂപങ്ങളായേ അയാൾക്ക് കാണാൻ കഴിഞ്ഞിരുന്നുള്ളൂ. എന്നാൽ അവരുടെ വായിൽനിന്ന്ചാടിയ വാക്കുകൾ ചെവിയിൽ തറച്ചുകൊണ്ടിരുന്നു.

“ഓ... മോളോട് സ്നേഹം കാണിച്ച് കാണിച്ച് ഇപ്പൊ അമ്മേക്കൊള്ളയാ.... ചോദിക്കാനും പറയാനും ആണുങ്ങളില്ലാന്നറിഞ്ഞോണ്ടായിരിക്കും. ഇപ്പൊ തിരിഞ്ഞല്ലോ ആണുങ്ങളുണ്ടെന്ന്”- ഒരു നാട്ടുകാരൻ ആൾ ക്കൂട്ടത്തിനിടയിൽനിന്ന് ഉറക്കെ വിളിച്ചു പറഞ്ഞു.

“അധ്യാപകന്റെ അവിഹിതബന്ധം. നല്ല തലക്കെട്ടാ. എരിവും പുളിയും ചേർന്നൊരു വാർത്ത - അല്ലേ മാഷേ?”

പരിഹാസങ്ങളുടെ വൃത്തികെട്ട മുനകൾ അയാളിൽ കുത്തിക്കയറി. അയാൾ ഒരൊച്ചിനെപ്പോലെ സ്വന്തം ശരീരത്തിനുള്ളിലേക്ക് വലിഞ്ഞു.

“രവിയേട്ടാ... രവിയേട്ടാ... ങളെല്ലാം കൂടെ്യന്തിനാ ഞാളെ മാഷെ അടിച്ചേ...? നല്ല മാഷാ. ഇന്നും മാഷ് ഞാക്ക് കഥേം പാട്ടും പറഞ്ഞ് തന്നിക്ക്. പറ, എന്തിനാ മാഷെ അടിച്ചേ...?”

ഇത്തരം സന്ദർഭങ്ങളിൽ മാന്യനായ വേഴ്ചക്കാരനും ചിലത് പറയാനുണ്ടാവില്ലേ...?

അടിയുടെ പൂരത്തിൽ പറയാനാവില്ലെങ്കിലും, പറയാൻ സമ്മതിച്ചില്ലെങ്കിലും?

ആ ദയനീയ നോട്ടത്തിൽ നിന്നറിയാം, അയാൾക്കെന്തോ പറയാനുണ്ടെന്ന്. പക്ഷേ, അനുവദനീയമല്ലല്ലോ. ആയതിനാൽ അയാളുടെ മനസ്സ് ഇങ്ങനെ പറഞ്ഞു:

“യഥാർത്ഥത്തിൽ ഇത്രയും കാലം നിങ്ങൾ കരുതിയപോലെയുള്ള ഒരു നല്ല ആളല്ല ഞാൻ. അങ്ങിനെ കരുതിയ നിങ്ങൾക്കാണ് തെറ്റിയത്. വിശ്വസിച്ചാലും ഇല്ലെങ്കിലും അതിലേക്കായി ചില തെളിവുകൾ ഞാൻ തന്നെ നിരത്താം. അന്തസ്സും ആഭിജാത്യവുമുള്ളവരാണെന്ന് നാട്യംകൊണ്ട് നാട്ടുകാരെ ബോധ്യപ്പെടുത്തിയ തറവാട്ടിലെ ഒരംഗമാണ് ഞാൻ. കർമ്മങ്ങൾകൊണ്ട് ഞങ്ങൾക്കതസാധ്യമായിരുന്നു. ഇങ്ങനെ വളഞ്ഞ വഴിക്ക്

പറയാൻ കാരണം, എന്റെ മുൻ തലമുറയിലെ മിക്കവരും പരസ്ത്രീ ഗമനം നടത്തി ആ വിഷയത്തിൽ മികവ് തെളിയിച്ചവരായിരുന്നു. ചിലർ പിടിക്കപ്പെട്ടവരും!

ഇനി പ്രണയം.

അതും ഒരു പ്രധാനവിഷയമാണെന്റെ ജീവിതത്തിൽ. പ്രണയത്തെക്കുറിച്ചുള്ള എന്റെ നിലപാട് വിശദീകരിക്കാൻ നിർബന്ധിതനാവുകയാണിപ്പോൾ നിങ്ങൾക്കു മുമ്പിൽ ഞാൻ.

പ്രേമിച്ചതിനു സഹോദരിയെ മുറിക്കുള്ളിലടച്ചു പീഡിപ്പിച്ചു, ദിവസങ്ങളോളം. ഒരു ബന്ധുവിന്റെ മരണദിവസം തുറന്നുവിട്ടു. അന്നവൾ കാമുകനോടൊപ്പം ഒളിച്ചോടുകയാണുണ്ടായത്!

പിന്നെ, എനിക്ക് പ്രണയം തലയ്ക്ക് പിടിച്ചു. സമ്പന്ന കുടുംബത്തിൽ നിന്നുതന്നെ കാമുകിയെ കണ്ടെത്തി. പിടിക്കുമ്പോൾ പുളിക്കൊമ്പുതന്നെ പിടിക്കണമല്ലോ! എന്റെ പെരുത്ത പിശുക്കത്തരവും സ്വാർത്ഥതയും കരൾ നൊന്തിട്ടാണെങ്കിലും ഞാനവൾക്കായി മാറ്റിവെച്ചു.

പ്രണയം എന്റെ പിശുക്കിനെ തോൽപ്പിച്ചുകളഞ്ഞു! പണം കുറേ ചെലവാകുമല്ലോയെന്നറിഞ്ഞിട്ടും ടെലിവിഷൻ, ഫ്രിഡ്ജ് പോലുള്ള ചില ആധുനിക സാധനങ്ങൾ ഞാൻ വാങ്ങി. അന്തസ്സ് കുറഞ്ഞിട്ട് പെണ്ണിനെ കിട്ടാതെ വരരുതല്ലോ...

എന്നാൽ ഞെട്ടിക്കുന്ന ഒരു സത്യം പറയട്ടെ, ആ വിലയ്ക്ക് വാങ്ങിയ അന്തസ്സിനൊന്നും എന്റെ തറവാട്ട് മഹിമയെ തോൽപ്പിക്കാനായില്ല! കല്യാണം മുടങ്ങി! പിന്നെ നാട്ടുരീതിയിൽ ഒരു കല്യാണം കഴിച്ചു.

കേടായ ടി.വി യും ഫ്രിഡ്ജും വിറക് പുരയിലിരുന്ന് ഇന്നും എന്നെ നോക്കി ഒരു വളിച്ചചിരി ചിരിച്ചിരുന്നോ?

ഞാൻ പറഞ്ഞില്ലേ നിങ്ങൾ കരുതുന്നതുപോലെയുള്ള ഒരാളല്ല ഞാൻ.

കരുണയും സഹജീവി സ്നേഹവും ഇല്ലാത്ത, ഒരു പലിശക്കാരനാണെന്ന് കൂടിയറിഞ്ഞാൽ...

– അതെ നിങ്ങൾ കരുതുന്ന തരത്തിലുള്ള ഒരാളല്ല ഞാൻ..."

അയാൾ പറഞ്ഞു നിർത്തി.

ഇപ്പോൾ അയാളുടെ കണ്ണുകൾ ചത്തതും ചുണ്ടുകൾ വരണ്ട് വിണ്ട് കീറിയതും ചുമലുകൾ ഒന്നുകൂടെ തളർന്ന് താഴ്ന്നതും ആയിരുന്നു.

അവിടവിടെയായി നിൽക്കുന്ന ആൾക്കൂട്ടങ്ങൾ ആരെയൊക്കെയോ പ്രതീക്ഷിക്കുന്നുണ്ടായിരുന്നു.

അച്ഛനും മകളും

ഫോൺ സന്ദേശം കിട്ടിയ ഉടൻ രാഘവൻ മാഷ് വീട് പൂട്ടി പുറത്തേക്കിറങ്ങി.

താക്കോൽ അടുത്ത വീട്ടിൽ ഏൽപ്പിച്ചു. യാത്രോദ്ദേശ്യം അറിയിച്ചു.

ചെളിനിറഞ്ഞ റോഡിലൂടെ വെപ്രാളപ്പെട്ട് മാഷ് നടക്കുന്നത് കണ്ടപ്പോൾ, ആൽത്തറയിലെ സുഹൃത്തുക്കൾ തിടുക്കത്തിൽ മാഷെ അരികിലേക്കെത്തി.

"എന്താ മാഷേ ഒരു തിടുക്കം?"

"മാഷെങ്ങോട്ടാ...?"

നടത്തം പതുക്കെയാക്കിയ മാഷെ തൊണ്ടയിൽ നിന്ന് ചില വാക്കുകൾ അടർന്നു വീണു.

"എന്റെ മോൾക്ക് എന്തോ അപകടം പറ്റീട്ടുണ്ട്-ഇപ്പം അവിടുന്ന് ഫോൺ വിളിച്ച് പറഞ്ഞതാ".

"എന്താപകടാ മാഷേ...?"

"ഒന്നും വിശദമായി അറിയില്ല. ഞാൻ പോയിവന്നിട്ട് പറയാം."

"ഞങ്ങളാരെങ്കിലും കൂടെ വരട്ടെ?"

"ഇപ്പൊ അതൊന്നും വേണ്ട, വളരെ സന്തോഷം."

"ഇപ്പൊ ട്രെയിനൊന്നും ഇല്ലല്ലോ മാഷേ?"

"ങാ... ബസ്സിന് പോകാം"

മാഷ് നടന്നു നീങ്ങി. പൊടുന്നനെ ഒരു കാറ്റും മഴയും ഉണ്ടായി. മഴ നനഞ്ഞുകൊണ്ട് ബസ്റ്റാന്റിലെത്തി. പുറപ്പെടാനൊരുങ്ങുന്ന ഒരു ബസ്സിൽ കയറി ഇരുന്നു.

ബസ്സ് ഗ്രാമങ്ങളും പട്ടണങ്ങളും കടന്ന് ഓടിക്കൊണ്ടിരുന്നു. ബസ്സിന് നല്ല വേഗമുണ്ടായിരുന്നെങ്കിലും രാഘവൻ മാഷ്ക്ക് അത് തോന്നിയില്ല.

ആകാശത്ത് കാർമേഘങ്ങൾ ഉരുണ്ട് കൂടുന്നത് ചില്ലു ജാലകത്തിലൂടെ മാഷ് കണ്ടു.

ബസ്സ് ഏതോ ഒരു വലിയ ബസ്റ്റാന്റിൽ നിർത്തി. കയറിയവർ പലരും ഇറങ്ങി – പിന്നെ, പുതിയ പലരും കയറി. തണുപ്പകറ്റാൻ പലരും കാപ്പിയോ ചായയോ വാങ്ങിക്കഴിച്ചു.

ഉള്ളിലൊരു തീ പുകയുമ്പോൾ മാഷക്കെന്തിന് ചായ?

ബസ്സ് വീണ്ടും പുറപ്പെട്ടു.

എന്റെ മോൾക്ക് എന്തപകടാ പറ്റീരിക്യ? കണ്ണടയ്ക്കും മുമ്പ് ശാരദ പറഞ്ഞത് മാഷോർത്തു:-

അവളെ പഠിപ്പിച്ച് പഠിപ്പിച്ച് വല്യ ഡോക്ടറാക്കണം.”

മാഷ് ചിന്തകളുടെ കാണാക്കയങ്ങളിൽ വീണു-അതിലൂടെ ഉറക്കത്തിലേക്കും.

കണ്ടക്ടർ തട്ടിയുണർത്തിയപ്പോഴാണ് ഇറങ്ങാറായെന്നറിഞ്ഞത്. നേരം വെളുത്തുവരുന്നേ ഉണ്ടായിരുന്നുള്ളൂ.

തട്ടുകടയിൽനിന്നും ഒരു കാലിച്ചായയും കഴിച്ച് നേരെ കോളേജിലേക്ക് നടന്നു.

അവിടെ -

മാഷെ മാത്രം പ്രതീക്ഷിച്ച് നിൽക്കുന്ന വിദ്യാർത്ഥികളും ഡോക്ടർമാരും മറ്റും.

അവിടം ശാന്തമൂകമായിരുന്നു.

കൂട്ടത്തിൽ നിന്ന് രണ്ട് പേർ വന്ന് മാഷെ കൂട്ടി അകത്തളങ്ങളിലേക്ക് കൊണ്ടുപോയി.

അവിടെ,

വെള്ള വസ്ത്രത്തിൽ പൊതിഞ്ഞു കിടക്കുന്ന മകൾ.

മാഷ് ബോധമറ്റ് നിലംപതിച്ചു.

ബോധം തെളിയാൻ മണിക്കൂറുകൾ വേണ്ടിവന്നു.

“എന്റെ മോളെങ്ങനെയാ മരിച്ചെ...?”

“ എന്റെ മോളെങ്ങനെയാ മരിച്ചേന്ന്....?”

ഒരു ഭ്രാന്തന്റെ രൂപഭാവം രാഘവൻ മാഷിൽ വളർന്നു.

“ബലാൽസംഗം ചെയ്യപ്പെട്ടതിലുള്ള മനോവിഷമത്തിൽ ആത്മഹത്യ ചെയ്തതാണെന്ന് ഈ അച്ഛനോടെങ്ങനെയാ പറയാ...?”

അവിടെ കൂടിയവർ പരസ്പരം പറഞ്ഞു.

അതിനിടെ ആരോ രണ്ടുപേർ മാഷെ അടുത്ത മുറിയിൽകൊണ്ടുപോയി സമാധാനിപ്പിച്ചു. ശേഷം മകളുടെ ആത്മഹത്യയെക്കുറിച്ചും അതിന് കാരണക്കാരായവരെ അറസ്റ്റ് ചെയ്ത കാര്യങ്ങളെക്കുറിച്ചും ബോധ്യപ്പെടുത്തി.

"അവളുടെ അമ്മയുടെ ആഗ്രഹമായിരുന്നു, അവളെ ഒരു ഡോക്ടറാക്കണമെന്ന്. ഞങ്ങൾക്ക് ആണായിട്ടും പെണ്ണായിട്ടും ഇവളല്ലേ ഉള്ളൂ. അതാ ഞാൻ പുരയിടം വരെ പണയത്തിലാക്കി ഇവളെ പഠിപ്പിച്ചത്. എന്നിട്ടിപ്പൊ എന്റെ മോള്...."

രാഘവൻമാഷെ തൊണ്ട ഇടറി.

"അവൾ കഴിഞ്ഞാഴ്ച വീട്ടിൽ വന്നപ്പോൾ പറഞ്ഞിരുന്നു : "അച്ഛാ, ഇനി ഒരു മൂന്ന് മാസംകൂടിയല്ലേ ഒറ്റക്കിരിക്കേണ്ടൂ - പിന്നെ ഞാനിങ്ങെത്തില്ലേ... ഡോക്ടറായിട്ട്.... അങ്ങിനെ പറഞ്ഞ് പടിയിറങ്ങിപ്പോന്നവളാ..".

നനയാത്ത കണ്ണുകൾ ആ മുറിയിലും പരിസരത്തും ഇല്ലായിരുന്നു.

ആരോ വീണ്ടും മാഷെ സമാധാനിപ്പിച്ചു.

"മാഷേ, നാട്ടിലേക്ക് കൊണ്ടുപോകുകയല്ലേ...?"

"ഇവളെ കാണാൻ അവിടെ ബന്ധുക്കളാരുമില്ല... പിന്നെന്തിനാ...."

ശവഘോഷയാത്രയിലെ ആരുടേയോ ഒരു കാറിന്റെ പിൻസീറ്റിൽ രാഘവൻ മാഷ് ചാരിയിരുന്നു. നിർത്തിയിട്ട അനേകം വാഹനങ്ങൾക്ക് പിന്നിലായി കാർ നിന്നു.

ശ്മശാന കവാടത്തിൽ നിന്നും ചിതയിലേക്കുള്ള ദൂരം....

ആരോ താങ്ങിപ്പിടിച്ചതിനാലാണ് രാഘവൻ മാഷ് അത്രയും ദൂരം താണ്ടിയത്.

അന്ത്യകർമ്മങ്ങൾ കഴിഞ്ഞു.

ചിതയെരിഞ്ഞു.

ശ്മശാനത്തിൽ നിന്നും പുക പട്ടണത്തിലേക്ക് പരന്നു. പുകയുന്ന മനസ്സുമായി മാഷ് തിരിഞ്ഞു നടന്നു.

ആൾക്കൂട്ടത്തിന്റെ ആരവത്തിന് പെരുമഴയുടെ താളം!

പല വിജനപ്രദേശത്തും ഒറ്റക്കിരുന്നു നോക്കി മാഷ് - കിട്ടിയില്ല ഒരു ശാന്തിയും -

ഇരുട്ടിന്റെ മൗനത്തിനായി പകലിനെ ശപിച്ചു. ഇലത്തുമ്പുകളിൽ മഴനീർ കണ്ണീരായി ഒഴുകി - ഇരുളിലേക്കിറങ്ങുന്ന ചുവന്ന സന്ധ്യ.

ശ്മശാനത്തിൽ നിന്നും വന്ന പുക നീട്ടി ശ്വസിച്ചുകൊണ്ട് റെയിൽപ്പാളങ്ങളുടെ നടുവിലൂടെ രാഘവൻ മാഷ് തെക്കോട്ടേക്ക് നടന്നു.

അതേസമയം അതേ പാളങ്ങളിലൂടെ ഒരു വണ്ടി വടക്കോട്ടേക്കും കടന്നുപോയി.

സീനത്ത്

സീനത്ത് ഇന്നും വന്നില്ല!

മാത്രവുമല്ല, ഒരു വിവരവുമില്ല...!

ഇത്രയും ദിവസത്തെ അവധി എടുക്കുന്നവളല്ല സീനത്ത്. എന്തോ മതിയായ കാരണം കാണും. എന്തായാലും അതന്വേഷിക്കാനുള്ള ബാധ്യത ക്ലാസ് ടീച്ചറെന്ന നിലയ്ക്ക് എനിക്കുണ്ടല്ലോ.

ഞാൻ എന്റെ ക്ലാസ്സിലെ മുതിർന്ന രണ്ട് ആൺകുട്ടികളെ സീനത്തിന്റെ വീട്ടിലേക്കയച്ചു.

പച്ചക്കറി മുറിക്കുമ്പോൾ കൈമുറിഞ്ഞ് കിടത്തത്തിലാണെന്നറിഞ്ഞു.

ഒരു സാധാരണ പെൺകുട്ടിയല്ല സീനത്ത് - ഉയർന്ന പഠന നിലവാരം, നല്ല സ്വഭാവം, നല്ല അച്ചടക്കം, അഭിനയപാടവം, പ്രസംഗം, പ്രായത്തിൽ കവിഞ്ഞ പക്വത-ഇതാണ് സീനത്ത്-ചാരനിറമുള്ള കണ്ണുകളുള്ള വെളുത്ത് സുന്ദരിയായ സീനത്ത്.

അവളുടെ നീണ്ട അവധി എന്നെ വേവലാതിപ്പെടുത്തിയത് മറ്റൊന്നു മായിരുന്നില്ല - അടുത്ത് വരുന്ന കലാമേളയ്ക്ക് ഞങ്ങൾ അവതരിപ്പിക്കുന്ന നാടകത്തിലെ നായികാകഥാപാത്രമായി വേഷമിടുന്നത് സീനത്തായതു കൊണ്ടുകൂടിയായിരുന്നു.

വൈകുന്നേരം ഞാനും രണ്ട് സഹാധ്യാപകരും കൂടി സീനത്തിന്റെ വീട്ടിൽ ചെന്നു.

ഇടത് കൈത്തണ്ടയിൽ ബാന്റേജിട്ട് കിടക്കയിൽ തളർന്ന് കിടക്കുന്ന സീനത്ത്. വാടിയ മുഖവുമായി സീനത്തിന്റെ ഉമ്മ കട്ടിലിനരികെ. അരുതാത്തതെന്തോ ചെയ്തുപോയ ഒരു ഭാവം സീനത്തിന്റെ ചാരനിറമുള്ള കൺകോണുകളിൽ ഉണ്ടോയെന്ന് എനിക്ക് തോന്നിപ്പോയി.

സീനത്തിനോട് ഞങ്ങൾ കാര്യം തിരക്കി. എന്ത് പറയണമെന്ന ഭാവ ത്തിൽ അവൾ ഉമ്മയെ നോക്കി.

മുറിയുടെ അങ്ങേ മൂലയിൽ നിൽക്കുന്ന സീനത്തിന്റെ അനിയൻ ഒരു കള്ളച്ചിരി ചിരിച്ചു.

ഞങ്ങൾ പരസ്പരം നോക്കി.

ഉമ്മ മൗനം ഭഞ്ജിച്ചു:

“മാഷമ്മാരോട് മറച്ച് വയ്ക്കുന്നില്ല. കത്തികൊണ്ട് കൈമുറിഞ്ഞതല്ല. ബ്ലേഡ് കൊണ്ട് ഞരമ്പ് മുറിച്ചതാ”.

- പിന്നെ ഒരു ഞെട്ടലും തുടർന്നൊരു തരിപ്പുമായിരുന്നു. സീനത്ത് മുഖം തലയിണയിലേക്ക് പൂഴ്ത്തി.

ഞങ്ങൾ വരാന്തയിലേക്കിറങ്ങി നിന്നു. ഉമ്മ ഞങ്ങൾക്ക് പിറകെയും.

ഉമ്മറപ്പടി ചാരിനിന്ന് അവർ പറഞ്ഞു, മകളുടെ ആത്മഹത്യാശ്രമത്തിന്റെ നേരുകൾ!

പറഞ്ഞുതീരുമ്പോഴേക്കും അവരുടെ കണ്ണിൽനിന്നും കണ്ണീർക്കണങ്ങൾ കാൽക്കീഴിൽ വീണുടഞ്ഞിരുന്നു. എങ്ങിനെ കരയാതിരിക്കും - സ്വന്തം ഭർത്താവിനെക്കുറിച്ചല്ലേ പറയേണ്ടി വന്നത്...!

അടുത്ത പറമ്പിൽ നിന്നും കുട്ടികൾ കളിക്കുന്നത് നിർവ്വികാരനായി നോക്കിക്കൊണ്ട് സീനത്തിന്റെ അനിയൻ തൂണും ചാരിയിരിക്കുകയായിരുന്നു.

എന്റെ ഉള്ളിൽ അയാളുടെ ചിത്രം തെളിഞ്ഞു; സീനത്തിന്റെ ഉപ്പയുടെ. ഒന്ന് രണ്ട് തവണ ഞാനയാളെ കണ്ടിട്ടുണ്ട്.

ആറടിയിലധികം പൊക്കം,

വെളുത്ത നിറം,

വെളുത്ത പാന്റും ജുബ്ബയും,

സ്വർണ്ണച്ചെയിനുള്ള വാച്ച്,

സ്വർണ്ണനിറമുള്ള കണ്ണട,

മനോഹരമായ ഷൂ,

ഒരു സുന്ദരപുരുഷൻ!

ഹായ്... എന്തൊരു പേഴ്സണാലിറ്റി!

ആരും കൊതിച്ചുപോകും; അസൂയപ്പെടും.

രണ്ടാം ഭാര്യയോടൊത്ത് എവിടെയോ താമസിക്കുന്ന സീനത്തിന്റെ ഉപ്പയുടെ വരവ് മാസത്തിൽ ഒന്നോ രണ്ടോ തവണ മാത്രം.

സുഹൃത്തുക്കളോടൊപ്പം വന്ന് ഭാര്യയുടേയും കുട്ടികളുടേയും മുന്നിൽ വച്ച് മദ്യപിച്ചുള്ള ബഹളം; ഭാര്യയ്ക്കും മക്കൾക്കും മുന്നിൽവച്ച് നീലച്ചിത്രപ്രദർശനം; മക്കൾക്കുമുന്നിൽ ഭാര്യയെ..!!?

ഹോ...! ചിന്തിക്കാൻ വയ്യ.

ഈ പീഡനപർവ്വങ്ങൾക്കിടയിൽ ഉമ്മയും മക്കളും ഇവിടെ ജീവിക്കുന്നല്ലോ എന്ന് ഞാൻ ആശ്ചര്യപ്പെട്ടു. എന്റെ മനസ്സിലെ സീനത്തിന്റെ

ഉപ്പയുടെ ചിത്രം ഒരു കരിയില പൊടിയുംകണക്കെ നുറുങ്ങി. ഇങ്ങനെയുള്ളവരുടെ രൂപം ഇനി ഒരിക്കലും മനസ്സിൽ തെളിയരുതേയെന്നാശിച്ചു.

ആ കുടുംബത്തെ ഒന്നാശ്വസിപ്പിക്കാനുള്ള ശക്തി ഞങ്ങളിൽ നിന്നും ചോർന്നു പോയി.

നേരം അസ്തമയത്തോടടുത്തു.

എന്റെ കാലിലെ പെരുവിരലിൽ നിന്നും ഒരു ഭാരമേറിയ തണുപ്പ് മേലോട്ട് കയറിക്കൊണ്ടിരുന്നു. അത് തലച്ചോറിലെത്തും മുമ്പ് ഞങ്ങൾ പടിയിറങ്ങി.

ഇനിയുമുണ്ട് ആരൊക്കെയോ വിളിക്കാൻ

ഡിസംബറിലെ അവസാന രാത്രി. അയാൾ അയാളിലേക്കുതന്നെ ഇറങ്ങുകയായിരുന്നു. പടവുകളിൽ പറ്റിപ്പിടിച്ച ഉണങ്ങിയ ചോരക്കറ, നഗ്നപാദങ്ങളെ പൊള്ളിച്ചു.

എന്നിട്ടും.....

ഇറങ്ങാതെ വയ്യ!

തത്വശാസ്ത്രങ്ങൾ വാളെടുത്ത് അങ്കംവെട്ടി
തലമുറകളെ വെട്ടിനിരത്തിയ വഴികളിലൂടെ,
ഭയം കൊണ്ട് വിറങ്ങലിച്ച
ശാന്തമൂകമായ ഇരുണ്ട ഇടനാഴികളിലൂടെ,
ശവപ്പറമ്പുകളിലൂടെ,
ഓർമ്മയ്ക്കായ് തീർത്ത സ്മാരകങ്ങൾക്കിടയിലൂടെ,
ശ്മശാനഭൂമികളിലൂടെ,
ഉയിരിനെ കാക്കേണ്ടവൻ ഉറുമിവീശി
മിന്നലെറിഞ്ഞ നാട്ടിൻ പുറങ്ങളിലൂടെ,
കൊലചെയ്യപ്പെട്ട മക്കളെ ഓർത്ത്
മരവിച്ച ഗർഭപാത്രങ്ങളുടെ കൊടുംതണുപ്പിന് മീതെ,
അയാൾ നടന്നു......
പൊടുന്നനെ എങ്ങുനിന്നോ ഒരു വിളികേട്ടു
“വരൂ. മറക്കാം.... പൊറുക്കാം....”
സ്നേഹത്തിന്റെ സൗഹാർദ്ദത്തിന്റെ വിളി! അതാരുടേതാവാം....?
കവിതയുടെ....?
ചിലങ്കയുടെ....?
തംബുരുവിന്റെ....?
നിറങ്ങളുടെ....?

അതെ, ഉറവവറ്റാത്ത സ്നേഹത്തിന്റെ വിളിയാണത്. അനുഭവങ്ങളുടെ നെരിപ്പോടിൽ, എരിഞ്ഞുതീരാത്ത വെള്ളരിപ്രാവുകളുള്ള ആകാശത്തെ കിനാവുകാണുന്ന മനസ്സുകളുടെ വിളി...! നാളെ വർഷാരംഭം...! അയാൾ നെടുവീർപ്പിട്ടു. ഉത്തരയുടെ ഗർഭത്തെ നോവിക്കാനൊരുങ്ങിയ അശ്വത്ഥാമാവിന്റെ ചിരിയടങ്ങുകയായി.

വാലുമുറിച്ച പല്ലികളുടെ ഗ്രാമം

ഊർമ്മിള യാത്രപുറപ്പെടുമ്പോൾ മറ്റെല്ലാവരും ഉറങ്ങുകയായിരുന്നു. പടി ഇറങ്ങും മുമ്പ് അവൾ ഒന്നുകൂടി തിരിഞ്ഞുനോക്കി. പിന്നെ മഞ്ഞു തുള്ളിവീണ് നനഞ്ഞ മുറ്റത്തുകൂടെ ഒരൊറ്റ നടത്തം.

ഇലത്തുമ്പുകളിൽ തൂങ്ങിനിന്ന മഞ്ഞുതുള്ളികളിൽ ഇനിയും ഉദയ സൂര്യന്റെ കുങ്കുമവർണ്ണം കലങ്ങിയിട്ടില്ല. സാരിത്തലപ്പ് തലയിലൂടെ ഇട്ടത് മഞ്ഞേൽക്കാതിരിക്കാനോ, തിരിച്ചറിയാതിരിക്കാനോ, എന്തോ? ഇടറിപ്പോയ കാൽവെപ്പുകളിൽ ആത്മധൈര്യത്തിന്റെ വീര്യം മുറ്റിനിന്നു.

കടവിൽ കടത്തുകാരൻ കണാരേട്ടൻ തോണിയുമായി ഒരുങ്ങിയിരിക്കുകയായിരുന്നു. പുകമഞ്ഞിനെ വകഞ്ഞുമാറ്റി ശാന്തമായ ഓളങ്ങൾക്കുമീതെ തോണി വഴുതിനീങ്ങി.

കണാരേട്ടൻ ചോദിച്ചു

“ഇത്തര കാലത്ത് എങ്ങോട്ടാ?”

“ഒരിന്റർവ്യൂവിന്”

പെട്ടന്നവൾ ഉത്തരം പറഞ്ഞു, മുൻ തീരുമാനമെന്നപോലെ. അതൊരു കളവായിട്ട് കണാരേട്ടന് തോന്നിയില്ല!

ഇന്നവളുടെ കല്യാണനിശ്ചയമാണെന്ന് അയാൾ അറിഞ്ഞുകാണില്ലല്ലോ. അയാൾ കൂടുതലൊന്നും ചോദിച്ചില്ല. അവൾ ഒന്നും പറഞ്ഞുമില്ല.

കടത്തുകൂലി കൊടുത്ത് വേഗം റോഡിലേക്ക് നടന്നു. സമയം തെറ്റാതെ വന്ന ബസ്സിൽ അവൾ കയറിപ്പറ്റി. തിരിച്ചറിയാവുന്നവരാരെങ്കിലും ഉണ്ടോ യെന്ന് ഒളിഞ്ഞുനോക്കി.

ആരുമറിയാതെയുള്ള ഈ യാത്ര തെറ്റാണെന്ന് തോന്നുകയാണെങ്കിൽ ഊർമ്മിളയും ഉണ്ണിയും തമ്മിൽ എന്തു ബന്ധമാണുള്ളത്! ജന്മംതന്നവരെയും കൂടെപ്പിറപ്പുകളേയും വഞ്ചിച്ചുവോ? ഇല്ല, ഒരിക്കലുമില്ല. അവളുടെ മനസ്സ് പറഞ്ഞു.

ചിന്തയുടെ തേരേറിയപ്പോൾ, ചീറ്റിവന്ന തണുത്തകാറ്റ് അവൾ അറിഞ്ഞില്ല. ബസ്സിനേക്കാൾ വേഗം മനസ്സിന്റെ യാത്രയ്ക്കായിരുന്നു. ബസ്സിറങ്ങി വീണ്ടും മറ്റൊരു ബസ്സിൽ കയറി, മണിക്കൂറുകളോളം നീണ്ട

യാത്രയ്ക്ക് ശേഷം, മലഞ്ചെരിവിലൂടെ ഉണ്ണിയുടെ വീട്ടിലേക്ക് നടക്കുകയായിരുന്നു.

ബസ് സ്റ്റാന്റിലെത്തുമ്പോൾ വെയിലിന് ചൂട് പിടിച്ചിരുന്നു. ലതർ ബാഗുമെടുത്ത് ഇറങ്ങും മുമ്പെ, ഗ്ലാസ് നീക്കി പുറത്ത് പരിചയക്കാരാരെങ്കിലും ഉണ്ടോയെന്നു നോക്കി.

അടുത്ത ബസ്സ് അവളെയും കാത്ത് നിൽക്കുന്നതുപോലെ തോന്നി. ഇവിടം വിട്ടാൽ ഇനി അത്ര ഭയപ്പെടാനില്ല. അന്വേഷിച്ചു വരുന്നവർ ഇവിടെ നിന്ന് ബുദ്ധിമുട്ടി തമ്മിൽ തമ്മിൽ പറയും....

"അവൾ എങ്ങോട്ടാ പോയിട്ടുണ്ടാവുക?"

ആർക്കുമതറിയില്ല. ആർക്കും ഒന്നും പറയാനും കഴിയില്ല.

വീട്ടിൽ നിന്നും വളരെ അകലെയുള്ള കോളേജ് - നീണ്ട അഞ്ചുവർഷങ്ങൾ!

പാകംവന്ന മനസ്സിന്റെ പടിവാതിൽ തുറന്ന് അകത്തളങ്ങളിലേക്ക് വന്ന അയാൾ - ഉണ്ണി. കോളേജ് ഫൈൻആർട്സ് സെക്രട്ടറി. വിദ്യാർത്ഥി യൂനിയൻ നേതാവ്. അവൾ അയാളെ പടിവാതിലടച്ച് അകത്തളങ്ങളിൽ തളച്ചിട്ടു, മറ്റാർക്കും പങ്കുവെയ്ക്കാനിടം കൊടുക്കാതെ. അവസാന വർഷം അനുരാഗത്തിന്റെ വസന്തമായിരുന്നു.

പിന്നെ നീണ്ട ഇടവേള. കോളേജ് വിട്ടശേഷം ഇത്രയും കാലത്തിനിടയ്ക്ക് രണ്ട് തവണയേ അവൾ അയാളെ കണ്ടിരുന്നുള്ളൂ. രണ്ടും അയാളുടെ വീട്ടിൽവെച്ചുതന്നെ. തിരക്കിട്ട രാഷ്ട്രീയ പ്രവർത്തനത്തിനിടയിലും അയാൾ അവളേയും കാത്ത് അവിടെ നിൽക്കുമായിരുന്നു.

കത്തുകളിൽ പാറിവന്ന പ്രേമസല്ലാപങ്ങൾക്ക് വിരാമമടുത്തു. നാളെ രജിസ്ട്രാപ്പീസിൽ അവരുടെ വിവാഹം!

ഇനിയവൾക്ക് മനസ്സും ശരീരവും ഒന്നാകുന്ന പ്രഭാതങ്ങളും സന്ധ്യകളും യാമങ്ങളും മാത്രം!

തിരക്കറിയാതെ, വിയർപ്പിന്റെ രൂക്ഷഗന്ധമറിയാതെ, സൈഡ് സീറ്റിലിരുന്ന് ഉണ്ണിയിലേക്ക് യാത്രയാവുകയായിരുന്നു അവൾ.

നേരം ഉച്ചയായി. തിരക്കേറിയ ഒരു അങ്ങാടിയിലേക്ക് പ്രവേശിക്കാൻ പോകുകയാണ് ബസ്സ്. മുമ്പ് ഈ വഴിയെപോയെങ്കിലും ഈ സ്ഥലം ഏതെന്ന് ഓർമ്മിച്ചെടുക്കാൻ അവൾ പ്രയാസപ്പെട്ടു.

പോലീസുകാർ അവിടവിടെയായി നിൽക്കുന്നത് കണ്ടപ്പോൾ ഒരു ഭയം. പാർട്ടി ആപ്പീസുകളുടെ ചുമരിലെ നെയിംബോർഡുകളിൽ നിന്നും സ്ഥലം തിരിച്ചറിഞ്ഞപ്പോൾ ഭയം ഒന്നുകൂടെ കൂടി.

പത്രത്തിലെ ഒരു കോളം എന്നും ഈ അങ്ങാടിക്കായിട്ടുള്ളതാണ്.

സംഘട്ടനങ്ങളുടെ നാട്! ബോംബ്, കൊലപാതകം, എന്നിവ ഇവിടുത്തുകാരുടെ വ്യക്തിവൈഭവങ്ങളുടെ ദൃഷ്ടാന്തങ്ങളായി, സാംസ്കാരിക മൂല്യങ്ങളായി പരിണമിക്കുന്ന പ്രക്രിയ പൂർണ്ണമായിക്കൊണ്ടിരിക്കുകയാണെന്ന്, ഈയിടെയായി തോന്നിയിട്ടുള്ള പലരുടേയും വിശകലനം അവളുടെ മനസ്സിലൂടെ കടന്നുപോയി.

ഇവിടുത്തെ കടകളിൽ നിന്നുപോലും ബോംബേറിലും, കൊലപാതകത്തിലും മറ്റുമുള്ള ഭയം എന്നേ വിടചൊല്ലി. അവർക്കിതൊക്കെ കണ്ടു നിൽക്കാൻ ഇപ്പോ നല്ല രസാ..... ടി.വിയിലെ സീരിയലുപോലെ..... ക്രിക്കറ്റ് പരമ്പരപോലെ.....

മഴമേഘങ്ങൾ മൂടിക്കിടക്കുന്ന ആകാശംപോലെ ഊർമ്മിളയുടെ കണ്ണിൽ അങ്ങാടി വിങ്ങിനിൽക്കുകയായിരുന്നു.

പെട്ടെന്ന് ഒരു വലിയ ശബ്ദം! എന്തോ പൊട്ടിയതാണ്. പിന്നെ കൂട്ട നിലവിളിയോടെ ആളുകൾ എങ്ങോട്ടെന്നില്ലാതെ ഓടുകയാണ്.

"...ബോംബ് സ്ഫോടനം!"

നാളത്തെ പത്രത്തിലെ വെണ്ടയ്ക്കാ അക്ഷരങ്ങൾ അവൾ വായിച്ചെടുത്തു. അപകടം പിണഞ്ഞവരെ കൊണ്ടുപോകുന്ന ആംബുലൻസിന്റെയും മറ്റും നിലവിളി മനസ്സിനെ ഇട്ടുലച്ചു. ഇതിനെല്ലാറ്റിനും പുറമെ ജനങ്ങളുടെ ഭയങ്കരമായ ബഹളം. പിന്നെ ലാത്തിച്ചാർജ്ജ്, കണ്ണീർ വാതകം...

ഗതാഗതം മുടങ്ങി മണിക്കൂറുകൾ നഷ്ടപ്പെട്ടു. മധുരസങ്കൽപ്പത്തിൽ നിന്നും പൊടുന്നനെ ദുരന്തത്തിനു സാക്ഷിയാകേണ്ടിവന്നപ്പോൾ മനസ്സിന്റെ ധൈര്യം ചോർന്നതുപോലെ അവൾക്ക് തോന്നി.

സമയം നഷ്ടപ്പെടുത്താതെ പോയാൽതന്നെ സന്ധ്യയോടടുക്കും അവിടെയെത്താൻ. അധികം വൈകിയാണെങ്കിൽ ബസ്സിറങ്ങുന്നിടത്ത് ഉണ്ണിയേട്ടൻ ഉണ്ടാകുമെന്നയാൾ എഴുതിയത് അവൾക്ക് ആശ്വാസമായി.

ഏറെ നേരത്തിനുശേഷം ഗതാഗതം പുനരാരംഭിച്ചു. ശത്രുവിൽനിന്ന് രക്ഷപ്പെടുംപോലെ ബസ്സ് കുതിച്ചു.

അവൾ അപ്പോൾ ഓർത്തു..... ഞാനീപോകുന്നതും ഒരു രക്ഷക്കായിട്ടല്ലേ. വർഷങ്ങളായി കാത്തുസൂക്ഷിച്ചുപോന്ന എന്റെ അനുരാഗത്തിന്റെ രക്ഷയ്ക്ക്.

സർവ്വർക്കും വേണ്ടത് രക്ഷ. സർവ്വരും പ്രവൃത്തിക്കുന്നത് രക്ഷയ്ക്കു വേണ്ടിയും.

എന്നിട്ടോ....?

പിന്നിടുന്ന ടൗണുകളിൽ വിവിധ പാർട്ടിക്കാരുടെ പ്രതിഷേധപ്രകടനങ്ങളും കൊലവിളികളും കേട്ടു. അവളുടെ ഉള്ളിൽ ഭയംകൊണ്ട് മരവിപ്പ് തുടങ്ങിയിരുന്നു.

ഏറെ താമസിക്കും മുമ്പെ ബസ്സിറങ്ങി. കുറെ കടകളുണ്ടെങ്കിലും ഒട്ടുമിക്കതും അടഞ്ഞുകിടന്ന ടൗൺ. ആളുകളും കുറച്ചേ ഉണ്ടായിരുന്നുള്ളൂ. ഉണ്ണിയേട്ടനെ അവിടെയങ്ങും കാണാഞ്ഞപ്പോൾ ഒരല്പം പേടി തോന്നി.

രാത്രിയായതിനാൽ വഴി മനസ്സിലാക്കാൻ അവൾ ഏറെ ബുദ്ധിമുട്ടി. അവളോടൊപ്പം ബസ്സിറങ്ങിയ ദമ്പതികളുടെ സഹായത്തോടെ ഊർമ്മിള ഉണ്ണിയുടെ വീട്ടിലേക്ക് കയറി.

മുറ്റത്തുനിന്നുകൊണ്ട്,

"ഉണ്ണിയേട്ടാ...... ഉണ്ണിയേട്ടാ....." ഊർമ്മിള വിളിച്ചു.

മറുപടി കിട്ടാതായപ്പോൾ പേടിച്ചു. പിന്നെ അവൾ ഇരുണ്ട കോലായിലേക്ക് കയറി. കാറ്റത്തുലയുന്ന മെഴുകുതിരിയുടെ വെളിച്ചത്തിൽ ഊർമ്മിള ഉണ്ണിയെ കണ്ടു. അപ്പോൾ, കാലിനടിയിൽ നിന്നും ഒരു തരിപ്പ് കയറി, അത് മരവിപ്പായി വളർന്നു. ആകാശവും ഭൂമിയും കുലുങ്ങിത്തെറിച്ചു. തലകറങ്ങി, കറങ്ങി തെറിച്ചു വീഴാറായി.

അപ്പോൾ...

രക്തത്തിനു കറുപ്പുനിറം നൽകി സകലതിനേയും വിഴുങ്ങാൻ വാപിളർന്നു നിൽക്കുന്ന രാത്രിയെയും പേടിച്ച് വിറച്ച് രക്ഷപ്പെടാനാകാതെ ലോഹക്കൂടിനുള്ളിൽ കുടുങ്ങിപ്പോയ ഘടികാരസൂചിയേയും, പിടയുന്ന ഒരു പല്ലിവാലിനേയും കൂടി ഊർമ്മിള കണ്ടു.